திருநம்பியும் திருநங்கையும்

தி இந்து குழுமம்
தமிழ் திசை

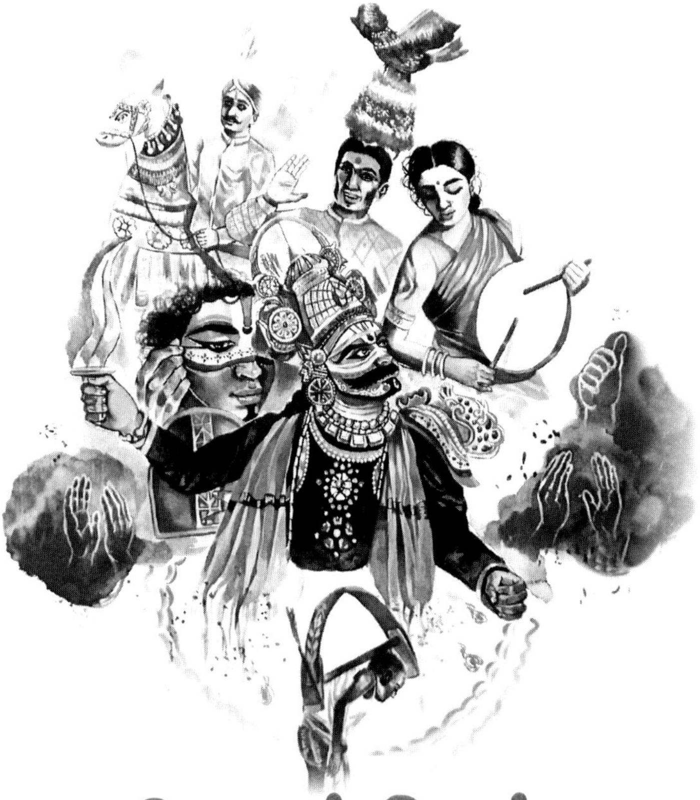

திருநம்பியும் திருநங்கையும்

சுதா

தமிழ் திசை

Title
THIRUNAMBIYUM THIRUNANGAIYUM

©SUDHA

ISBN NO: 978-81-974503-6-5

நூல் தலைப்பு
திருநம்பியும் திருநங்கையும்

நூல் ஆசிரியர்
© சுதா

முதற்பதிப்பு
ஜூன் - 2024

விலை: **₹ 160**

ஆசிரியர்
கே.அசோகன்

நூல் பொறுப்பாசிரியர்
பிருந்தா சீனிவாசன்

உதவிப் பொறுப்பாசிரியர்
வா.ரவிக்குமார்

Creative Head - புத்தகங்கள் பிரிவு
மு.ராம்குமார்

முதன்மை வடிவமைப்பாளர்
என்.கணேசன்

வடிவமைப்பாளர்
ச.சக்திவேல்

பதிப்பகப் பிரிவு விற்பனை
மேலாளர்: **S.இன்பராஜ்**
முகவரி:
KSL MEDIA LIMITED, கஸ்தூரி மையம்,
124, வாலாஜா சாலை,
சென்னை - 600 002.

போன்: **044 - 35048001**
செல்: **7401296562 / 7401329402**

தமிழ் திசை பதிப்பகத்தின்
அனைத்துப் புத்தகங்களையும்
வாங்கிட கீழே குறிப்பிட்டுள்ள
ஆன்லைன் லிங்க்கை
பயன்படுத்தவும்.
மேலும், நமது பதிப்பகத்தின்
விலைப் பட்டியலை
PDF மூலம் பார்க்க
உங்கள் whatsapp எண்ணை
மேற்கண்ட எண்ணுக்கு அனுப்பவும்.

https://store.hindutamil.in/publications
www.instagram.com/hindu_tamil

KSL Media Limited, Regd. Office: **KASTURI BUILDING** No.859 & 860 Anna Salai, Chennai - 600 002.

https://www.facebook.com/Tamilthisaipublications https://twitter.com/Tamilthisaipublications

Printed by B.Ashok Kumar, Rasi Graphics (P) Ltd, No.40, Peters Road, Royapettah, Chennai - 600 014, for KSL Media Limited. Chennai - 600 002.

இவர்களும் நம்மைப் போன்றவர்களே!

ஒருவர் ஆணாகப் பிறந்து பெண்ணாக மாறுவதும் பெண்ணாகப் பிறந்து ஆணாக மாறுவதும் நேற்று, இன்று நிகழ்ந்தவையல்ல. பரிணாம வளர்ச்சியில் மனித இனம் பல்வேறு மாற்றங்களுக்கு உள்பட்டது எவ்வளவு அறிவியல்பூர்வமானதோ அதைப் போன்றதுதான் திருநர் உடலில் நிகழும் மாற்றங்களும்.

தங்கள் அறிவுக்குப் புலப்படாத எதையுமே அச்சப்பட்டு ஒதுக்கிவைப்பது மனிதர்களின் இயல்பு. ஆரம்பத்தில் திருநர் சமூகத்தையும் இந்த உலகம் அப்படித்தான் அணுகியது. பேய் பிடித்துவிட்டது என்றும் மனநலக் குறைபாடு என்றும் தவறாகப் புரிந்துகொண்டு பலர் வினையாற்றியிருக்கிறார்கள். தங்களது உடல் - உள மாறுதல்களை இந்தச் சமூகத்துக்குப் புரிய வைக்க முடியாமல் அடையாளமின்றி அழிந்த திருநர்கள் ஏராளம்.

ஆனால், இன்றைக்கு நிலைமை மாறியிருக்கிறது. ஆண் பால், பெண் பால் போலவே திருநர்களை மூன்றாம் பாலினமாக அரசு அங்கீகரித்துள்ளது.

திருநர் சமூகம் குறித்த அவமானமும் புறக்கணிப்பும் குறைந்திருக்கின்றன. அவர்களை இழிவுபடுத்துவதும் குடும்பத்தைவிட்டு விலக்கி வைப்பதும் சற்று மட்டுப்பட்டிருக்கின்றன. அவர்கள் குறித்த கற்பனைக் கதைகளும் கற்பிதங்களும் ஓரளவுக்குக் களையப்பட்டு மக்கள் மத்தியில் விழிப்புணர்வு ஏற்பட்டிருக்கிறது. திருநர் சமூகத்தினரின் தொடர்ச்சியான செயல்பாடுகளும் இதற்குக் காரணங்கள்.

இதன் நீட்சியாகத்தான் திருநங்கை சுதா எழுதியிருக்கும் இந்தப் புத்தகத்தைக் கருத வேண்டும். இந்தப் புத்தகத்தில் இடம்பெற்றிருக்கும் கட்டுரைகள் 'இந்து தமிழ் திசை' நாளிதழின் 'பெண் இன்று' இணைப்பிதழில் தொடராக வெளிவந்தவை. திருநர் சமூகம் குறித்த தொடருக்கு வரவேற்பு எப்படி இருக்குமோ என்கிற சந்தேகத்தைத் தங்கள் ஏகோபித்த வரவேற்பால் வாசகர்கள் தகர்த்தெறிந்துவிட்டார்கள்.

கல்லூரி மாணவி தொடங்கி மூத்த குடிமக்கள் வரை பலதரப்பினரும் இந்தத் தொடர் குறித்துத் தங்களது கருத்துகளையும் பாராட்டுகளையும் எங்களோடு பகிர்ந்துகொண்டனர். திருநர் சமூகம் குறித்து அறியாமையில் இருந்ததற்காகவும் அவர்களைச் சரியாகப் புரிந்துகொள்ளாமல் இருந்ததற்காகவும் வருந்தியவர்களும் உண்டு. தங்கள் குடும்பத்திலோ தங்களுக்குத் தெரிந்தவர் குடும்பத்திலோ திருநங்கையோ, திருநம்பியோ இருந்தால் அவர்களை முழு மனதுடன் ஏற்றுக்கொள்வதாக உறுதியளித்தனர் வாசகர்கள் பலர். கட்டுரை எழுதப்பட்ட விதமும் இதற்கு ஒரு காரணம்.

திருநங்கையரைப் பற்றி வெளியே இருந்து ஒருவர் சொல்வதற்கும் திருநர் சமூகத்திலிருந்தே ஒரு குரல் ஒலிப்பதற்கும் வேறுபாடு உண்டு. தங்கள் வாழ்க்கையையும் எதிர்பார்ப்பையும் உதாரணங்களோடு எளிய மொழியில் சுதா விளக்கியிருக்கிறார். சாதித்துக்காட்டிய திருநங்கையரை உதாரணமாகச் சொல்லியிருப்பது மக்கள் மத்தியில் திருநங்கையர் குறித்த பார்வையில் மாற்றத்தை ஏற்படுத்தும் விதமாக அமைந்திருக்கிறது.

இவர்கள் யாரும் தாங்கள் இப்படித்தான் பிறக்க வேண்டும் என்று வேண்டி விரும்பிப் பிறக்கவில்லை. இயற்கை செய்த கோலத்துக்கு ஒரு பாவமும் அறியாத இவர்களைப் புறக்கணித்து என்ன பயன்? - இப்படியொரு கேள்வியைத்தான் இந்தப் புத்தகத்தை வாசிக்கும் ஒவ்வொருவருக்குள்ளும் சுதா எழுப்புகிறார். ஆண்களையும் பெண்களையும் போலவே திருநர் சமூகத்தினரும் உணர்வும் அறிவும் திறமையும் உள்ள சக மனிதர்களே. அதை அவர்களின் மூலமாகவே கேட்டு உணர்வோம், வாருங்கள்!

அன்புடன்,
கே.அசோகன்,
ஆசிரியர்,
'இந்து தமிழ் திசை'

அணிந்துரை

திருநர் சமூகத்தைப் புரிந்துகொள்ள உதவும் ஆய்வுநூல்

திருநங்கை சுதாவை எனக்குக் கடந்த 30 வருடங்களாகத் தெரியும். சுதா அந்தச் சிறிய வயதில் என்னுடன் பணியாற்றும் போது அவரின் எழுத்துத் திறனை நான் அறிந்திருக்கிறேன்.

சுதா தனது சிறுவயதில் ஒதுக்குதலையும் புறக்கணித்தலையும் சந்தித்தவர். நான் அக்காலத்தில் சுதாவை 'சகோதரன்' அமைப்பில் முக்கியப் பொறுப்பில் அமர்த்தியபோதே அவரின் ஈடுபாடு அதிகமாக இருந்தது. அப்போதே சுதா சிறப்பான நிலையை அடைவார் என்று நினைத்தேன்.

'இந்து தமிழ் திசை' நாளிதழ், சுதாவுக்கு எழுதிட வாய்ப்பு தந்தது மிகவும் பாராட்டுக்குரியது. சமூகத்தின் விளிம்பில் உள்ள திருநங்கைகள் மற்றும் திருநம்பிகள் குறித்து விழிப்புணர்வு ஏற்பட இந்தப் புத்தகம் பெரிய அளவில் உதவும்.

சுதாவின் எழுத்தில் 'பெண் இன்று' இணைப்பிதழில் வெளியான 'திருநங்கையும் திருநம்பியும்' தொடர் என்பது கதையல்ல; இவர்களின் வாழ்வில் நடக்கும் நிஜம். அதனை அனைவரும் புரிந்துகொள்ளும் விதமாக ஒரு சம்பவத்தைக் கதையாக எழுதி, செய்தியை சுதா சொல்லிவிடுகிறார்.

திருநம்பிகளைக் கண்டறிவது குறித்துத் தெளிவாக விளக்குகிறார் சுதா. திருநம்பிகள் சிறுவயதில் பைக் ஓட்ட ஆசைப்படுவது, ஒற்றைக் காதில் கம்மல் போட விரும்புவது, தலைமுடியை மறைக்கத் தொப்பி அணிவது என்று நுணுக்கமாக இவர் தரும் தகவல்கள் திருநம்பிகளை இளவயதில் கண்டறிய சமூகத்திற்குப் பெரிதும் உதவும். 'நான்

சொல்வதை வைத்து அவர்களின் அடையாளத்தை முடிவு செய்யாதீர்கள். அவர்கள் தன்னை ஒப்புக்கொண்டால் மட்டுமே அவர்கள் மாற்றுப்பாலினத்தவர் என முடிவு செய்யுங்கள்' எனவும் சுதா கூறியிருப்பார்.

திருநங்கையரைக் குடும்பம் ஏன் ஏற்றுக்கொள்ள வேண்டும் என்பதை நிறைய இடங்களில் தெளிவுபடுத்தியிருந்தார். கல்வி கற்க முடியாத சூழல் ஏற்படுவதைப் புரிந்துகொள்ள இரண்டு கதைகளைக் கூறியிருப்பார். இது அனைவருமே புரிந்துகொள்ள வேண்டிய ஒன்று.

ஆணுடையில் இருக்கும் திருநங்கை, பெண்ணுடையில் இருக்கும் திருநம்பி ஆகியோர் சமூகத்தில் படும் இன்னல்களைப் புரிந்துகொள்வதற்கான கதைகளும் இப்புத்தகத்தில் உள்ளன. அவற்றைப் படித்து எனக்குக் கண்ணீரே வந்துவிட்டது.

மருத்துவர்கள், மாற்றுப்பாலினத்தவரின் உடலமைப்பைப் புரிந்துகொள்ளாமல் குழம்புவதை ஒரு கதையில் நையாண்டியாக சுதா புரியவைத்திருப்பார். மாற்றுப்பாலின மக்களின் பெற்றோர், உடன் பிறந்தோர் எதிர்கொள்ளும் சிக்கல்களை ஒரு கதையில் கூறியிருப்பார். இது உலகறியாத ஒன்று.

சுய உதவிக்குழு, சமூக அமைப்புகள், திருநங்கையர் கலை விழாக்கள் நடத்துவது எனத் திருநங்கைகளின் பல பரிமாணங்கள் இதில் வெளிப்பட்டிருக்கின்றன. ஆக மொத்தத்தில் திருநங்கையரையும் திருநம்பிகளையும் எளிதில் புரிந்துகொள்ள உதவும் கருவியாக இந்தப் புத்தகம் விளங்குகிறது. இதை ஆங்கிலத்தில் மொழிபெயர்த்து உலக நாடுகளுக்கும் அனுப்பலாம். அரசு இதனை மாற்றுப்பாலினத்தவர் குறித்த ஆய்வு நூலாகவும் பயன்படுத்திக்கொள்ள முன்வரலாம்.

நன்றி.

Dr. சுனில் மேனன்.C,
நிறுவனர் - இயக்குநர்,
சகோதரன் அமைப்பு.

வாழ்த்துரை

உயரிய நோக்கம் நிறைவேறட்டும்!

கலைமாமணி திருநங்கை சுதா அவர்களின் 'திருநம்பியும் திருநங்கையும்' என்கிற இந்தப் புத்தகத்தில் குறிப்பிடப்பட்டுள்ள ஒவ்வொரு தலைப்பும் மிகவும் நேர்த்தியாக உள்ளது. அவற்றில் இடம்பெற்றுள்ள ஒவ்வொரு கதையிலும் திருநங்கைகள் அன்றாடம் சந்திக்கும் பிரச்சினைகளைத் தெளிவாகக் குறிப்பிட்டுள்ளார்.

திருநங்கைகள் நலனுக்காகப் பல்வேறு காலக்கட்டங்களில் உச்ச நீதிமன்றம் வழங்கிய தீர்ப்புகள், திருநங்கைகளுக்குத் தேவைப்படும் மருத்துவ உதவி கிடைக்க வழிவகை செய்து, சமூக நலத்துறை மூலம் தொழிற்பயிற்சி அளித்துவரும் தமிழக அரசின் செயல், அரசின் நிதியுதவி பெற்று தொழில்முனைவோராக மாறிய திருநங்கை என எண்ணற்ற தகவல்கள் படிப்போரை மேலும் வாசிக்கத் தூண்டுகின்றன.

இந்தப் புத்தகத்தை வெளியிடும் 'இந்து தமிழ் திசை' நிறுவனத்துக்கு என் பாராட்டைத் தெரிவித்துக்கொள்கிறேன். திருநங்கை சுதா, 30 ஆண்டுகளாக அவரது பயணத்தில் உதவிய ஆளுமைகளை மக்களுக்கு அறிமுகப்படுத்தும் நோக்கில் ஏற்கெனவே 'திருநங்கை சுதா 50' என்கிற புத்தகத்தை எழுதியுள்ளார். அதில் அவரது கருத்துகள் மிகவும் எளிமையாகவும் அனைவரும் புரிந்துகொள்ளும்படியும் உள்ளது பாராட்டுக்குரியது.

மூன்றாம் பாலினத்தவர் குறித்து அனைவரும் புரிந்துகொள்ள வேண்டும், அவர்களுக்குத் தங்குதடையின்றி

அனைத்து வாய்ப்புகளும் வழங்கப்பட வேண்டும் என்கிற அவர்களது உயரிய நோக்கம் வரவேற்கத்தக்கது.

இந்தப் புத்தகத்தை மாணவ சமுதாயமும் மூன்றாம் பாலினத்தவரின் குடும்பங்களும் நிச்சயம் படிக்க வேண்டும். இன்றைய சூழலை அவர்கள் புரிந்துகொண்டு செயல்படுவார்கள் என நம்புகிறேன்.

திருநங்கைகள், திருநம்பிகளின் வாழ்வில் ஒளிவீசிட, திருநங்கை சுதா எடுக்கும் ஒவ்வொரு செயலும் நல்ல முறையில் வெற்றியடைய வாழ்த்துகிறேன்.

அன்புடன்

சோ.மதுமதி, இ.ஆ.ப,
மேலாண்மை இயக்குநர்,
டான்சிட்கோ

என்னுரை

ஒவ்வொன்றும் ஒரு வாழ்க்கைக் கதை

உடலும் உள்ளமும் ஒருசேரப் பிறக்கவில்லையே என நினைத்துக் கவலைப்படாமல் தானே முயன்று ஒன்று சேர்த்த 'திருநம்பியும் திருநங்கையும்' தொடரை எழுதிட வாய்ப்பளித்த 'இந்து தமிழ் திசை' நாளிதழுக்கும் 'பெண் இன்று' குழுவினருக்கும் எனது பணிவான வணக்கம்.

ஒவ்வொரு வாரமும் தொடரைப் படித்து எங்களை உற்சாகப்படுத்திய வாசகர்கள் அனைவருக்கும் எனது சிரம்தாழ்ந்த நன்றிகள். ஒவ்வொரு வரியையும் நான் எழுதும்போதும் உங்களுக்கு இதனால் ஒரு புதிய செய்தி கிடைத்திடாதா என்கிற ஏக்கத்தில் எழுதினேன்.

இந்தத் தொடரை எழுத என்னை ஊக்குவித்தவர்கள் எனது திருநங்கையர்தான். எங்கள் 'சகோதரன்' அலுவலகத்தில் வரும் ஒவ்வொரு மாற்றுப்பாலினத்தவரிடமும் நான் பேசும்போது பல புதிய தகவல்களைப் பெறுவேன். அது அவர்கள் வாழ்வில் சந்தித்த, சந்திக்கின்ற பிரச்சினையாக இருக்கும் அல்லது அவர்கள் சந்தோஷிக்கிற தருணங்களாக இருக்கும். இவற்றைத்தான் 'திருநம்பியும் திருநங்கையும்' நூல் மூலம் நான் கட்டுரைகளாகவும் கதைகளாகவும் தந்திருக்கிறேன்.

என் வாழ்வில் நான் சந்தித்த பல காயங்களையும் இத்தொடரில் எனது பேனா கக்கியிருக்கும். எழுதும் தருணங்களில் நான் மிகச் சிறியவளாக அந்தக் காலத்திற்குள் நுழைந்து, சிரித்தும் அழுதும் வெட்கப்பட்டும் இருக்கிறேன். அங்கொன்றும் இங்கொன்றுமாக எனது செய்தி இருக்குமே

தவிர, இது எனது சுயசரிதையாக இருந்திடக் கூடாது என்பதில் கவனமாக இருந்தேன்.

இந்தப் புத்தகத்தை நான் எழுதிடச் சிலர் காரணமாக இருந்தனர். 'நீ எழுது.. உனது எழுத்து மிக அழகானது' என்று என்னை ஊக்கப்படுத்தி எழுதவைத்தவர் என் தோழியும் 'சகோதரன்' பொது மேலாளருமான ஜெயா. ஒவ்வொரு வாரமும் பல தரவுகளைத் திரட்டும்போது உடனிருந்து உதவினாள் ஜெயா. 'இந்து தமிழ்திசை' நாளிதழில் 'வண்ணங்கள் ஏழு' என்கிற தொடரை எழுதிய வா.ரவிக்குமார் அவர்கள்தான் 'திருநங்கையும் திருநம்பியும்' தொடரை நான் எழுதிடக் காரணகர்த்தா.

மருத்துவம், சட்டம் போன்றவற்றில் எனக்குத் தகவல் தேவை என்றால் உடனே நான் கேட்டு அறிந்தது SAATHII நிறுவனத்தைச் சார்ந்த ராம்கி அவர்களைத்தான். இந்தத் தொடர் மூலம் பொதுமக்கள் திருநங்கை, திருநம்பி குறித்து நன்கு புரிந்து அவர்களை ஏற்றுக்கொள்ள வேண்டும் என்று கவனமாக இருந்தவர் பிருந்தா சீனிவாசன். இந்த நான்கு பேர்தான் இந்தத் தொடர் வெளிவரக் காரணமானவர்கள்.

ஒவ்வொரு வாரமும் தனித்தனியாகக் கதை வடிவில் மாற்றுப்பாலினத்தவர் பிரச்சினைகளை விளக்கியும் முடிவில் அந்தப் பிரச்சினை ஏற்படாமல் எவ்வாறு தவிர்க்கலாம் என்றும் எழுதி இருப்பது என் அறிவுக்கு எட்டி இதுவே முதல் புத்தகம் என்று நினைக்கிறேன். இந்தப் பெருமை நமது 'இந்து தமிழ்திசை' நாளிதழுக்கே சேரும்.

திருநங்கை, திருநம்பி ஆகியோர் பல இன்னல்களுக்கு இடையில் வாழ்கின்றனர் என்பதைப் புரிந்துகொள்ளவும், அதற்கு நீங்கள் எவ்வாறு உதவிட முடியும் என்கிற எண்ணத்தை உங்களுக்கு உருவாக்கிடவும் இந்தப் புத்தகம் உதவினால் நான் பெரும் மகிழ்ச்சியடைவேன்.

நன்றி.

'கலைமாமணி' திருநங்கை **சுதா**
9500057212
iticulturals@gmail.com

சமர்ப்பணம்

LGBTIQ+ நலன் சார்ந்து பணியாற்றும் 'சகோதரன்' அமைப்புக்கு...

உள்ளே...

1. நான் அவனல்ல 17

2. கற்றுக்கொள்ள வேண்டிய பாடம் 21

3. ஆண்போல் வளரும் பெண் திருநம்பியா? 24

4. என்னைப் போல் ஒருத்தி 28

5. 18 வயதுக்குப் பிறகு முடிவெடுக்கலாம் 32

6. தாய் புரிந்துகொள்ள வேண்டும் 36

7. திருநங்கையை ஆணாக மாற்றும் சிகிச்சை உண்டா? 40

8. வளர்ந்தால் சரியாகிவிடும் பிரச்சினையா இது? 45

9. தம்பி மாறினால் அக்காவும் மாறிவிடுவாரா? 49

10. காவல் பணியில் இட ஒதுக்கீடு வேண்டும் 53

11. தாய்மை என்பது அனைவருக்கும் பொது 57

12. எங்களுக்காக யார் பேசுவார்? 62

13. பால்மாற்று அறுவைசிகிச்சையின் முன்னோடி 66

14. தாயை மறைத்துத் திருமணமா? 71

15. எதனாலும் கலையாத கலையார்வம் 75

16. பெண்ணாகப் பிறந்தாலும் பெண்ணல்ல 79
17. கலைக்குப் பாலின பேதம் இல்லை 83
18. அண்ணன் என்ன தம்பி என்ன? 87
19. எம்மதமும் சம்மதமே 92
20. ஆடலும் பாடலும் எதற்கு? 96
21. சாதிப்பதற்கு ஐந்து பேர் 101
22. அன்னமிடும் கைகள் 105
23. பெண்ணாகப் பிறந்துவிட்டு ஏன் ஆணாக மாறவேண்டும்? 110
24. திருநங்கையை மணத்தல் தீதோ? 114
25. கல்வி: திருநர் எதிர்கொள்ளும் தடைகள் 119
26. யாரைப் பேய் பிடித்திருக்கிறது? 123
27. 'பாவ்படுத்தி'யும் 'ஜியோ'வும் இவர்களது கலாச்சாரம் 128
28. கைதூக்கிவிடும் 'சகோதரன்' 132
29. திருநங்கையர் வாழ்வில் ஒளியேற்றும் கரங்கள் 135
30. உங்களில் ஒருவர் நாங்கள் 139

01

நான் அவனல்ல

பால் புதுமையர் எனப்படும் திருநர் சமூகத்தைப் பற்றிய உண்மைகளை விடக் கட்டுக்கதைகளே ஏராளம். அதனால்தான் கதைகள் மூலமாகவே அவற்றைக் களைய முயன்றிருக்கிறேன். ஒவ்வொரு கதையும் ஒவ்வொரு பாடத்தைச் சொல்லும், புதிய பாதையைக் காட்டும். வாருங்கள், பயணிக்கலாம். இந்த வாரம் ஒரு கதை

எங்கக்கா பெரியவளா ஆயிட்டா. அவளைப் பார்க்க தெனம் ஆளுங்க வர்றாங்க. வர்றவங்க சும்மாவா வர்றாங்க? நாட்டுக் கோழி முட்டை, கேழ்வரகுப் புட்டு, மசால் தோசைன்னு கையில ஏதேனும் தின்பண்டம் எடுத்துட்டு வராங்க.

நீயும் வாடா சாப்பிடுனு எங்கக்கா கூப்பிடும். அப்போ நான் ஓலைக்கு வெளில உக்காந்து கைய உள்ள விட்டுக் கேப்பேன். எங்கக்கா கொடுக்கும். பல்லாங்குழி விளையாட நான் ஓலைக்கு வெளில இருந்து சோழி போடுவேன். அக்கா உள்ளாரா இருந்து விளையாடும்.

"டேய் நீயும் போய் உள்ளே உக்காறது தானே" - இது ஓலை கட்டின எங்க மாமா.

உடனே எல்லாரும் சிரிப்பாங்க எங்க அம்மா உள்பட. எனக்கும்

சிரிப்பு வரும். பின்னே வராதா. எனக்கு எட்டு வயசுதானே ஆவுது. இந்த ஓலைக்குள்ள உட்கார இன்னும் நாலு வருஷம் இருக்கே. இதைப் புரிஞ்சிக்காம என் மாமா இப்படி உளறுறாரே.

பக்கத்துக்கு வீட்டு விஜயாக்கா, பானுக்காவ எனக்கு ரொம்பப் பிடிக்கும். என்கிட்டே அவங்க ரெண்டு பேரும் ரொம்ப அன்பா இருப் பாங்க. நாங்க மூணு பேரும் தெருவுல ஒன்னாவே இருப்போம். இந்த ரெண்டு அக்காவோட ஜாக்கெட் துணியும் அளவு ஜாக்கெட்டும் நான்தான் எடுத்துட்டுப் போய் டெய்லர்கிட்ட கொடுப்பேன்.

டெய்லர் நல்லா இருப்பாரு. எனக்கும் பேசப் பிடிக்கும். இருந்தாலும் இவரு சும்மா என்னைப் பார்க்குறது எனக்குக் கூச்சமா இருக்கும். 'இதோ பாருங்க நான் அப்படி இல்ல, இப்படிச் சும்மா பார்க்கறது, சிரிக்கிறது எல்லாம் வேற யார்கிட்டயாவது வச்சுக்கோங்க. இப்படியே தொடர்ந்தா நான் எங்க அக்காங்ககிட்ட சொல்லிடுவேன்'னு சொல்லத் தோணும். ஆனா சொல்லலை.

இப்போல்லாம் நெறய நேரம் எனக்கு அவர் முகம் நினைவுக்கு வந்துட்டே இருக்கு. ரேவதிக்கா புதுத் துணி எடுக்க மாட்டாளான்னு எனக்குத் தோணிட்டே இருக்கு. இது மாதிரி எல்லாம் தோணு துன்னு ரேவதி அக்காகிட்ட சொல்லலாம்னு பாத்தா 15 வயசுல இப்படியெல்லாம் நெனக்கிறியான்னு திட்டிட்டா. அய்யய்யோ வேணாம்டி அம்மா. ஆனா ஒண்ணுங்க. என் டிரௌசரை நான் அந்த டெய்லர்கிட்ட தைக்கக் கொடுத்ததே இல்ல. ஏனோ எனக்கு அது பிடிக்கல. வேற டெய்லர்கிட்டயும் ஏற்கெனவே தச்சதைத்தான் அடையாளத் துணியா கொடுப்பேன்.

ஒரு நாள், "உன்கிட்ட தனியா பேசணும். முடியுமா?"ன்னு டெய்லர் கேட்டார். எனக்குத் தூக்கிவாரிப் போட்டுடுச்சு. "எதுக்கு என்கிட்டே தனியா பேசணும்? என்ன பேசணும்?"னு நானும் பதிலுக்குக் கேட்டேன். "ஏன் பேசக் கூடாதா?"

பேசக் கூடாதுன்னு சொல்ல எனக்கு வாய் வரலை. ஒரு ராத்திரி முழுக்கத் தூங்காம அன்னைக்குத்தான் நான் இருந்தேன். ராத்திரி எல்லாம் எனக்கு ஒரே கேள்வி மனசுல ஓடுச்சு, என்ன பேசப்போறார், என்ன பேசப்போறார். இதேதான். விடியிற வரைக்கும் தோணுச்சு.

எங்க மாமாவுக்குத் தெரிஞ்சா இதை ஒப்புக்க மாட்டார். அவர் சாதி எல்லாம் பார்ப்பார். அம்மாகிட்ட சொல்லவும் முடியாது. அம்மாவுக்குத் தெரிஞ்சா எனக்கு மேல அக்காவும் கல்யாணம் ஆகாம இருக்குன்னு வேதனைப்படும். நான் அவசரப் படறேன்னு அட்வைஸ் பண்ணும்.

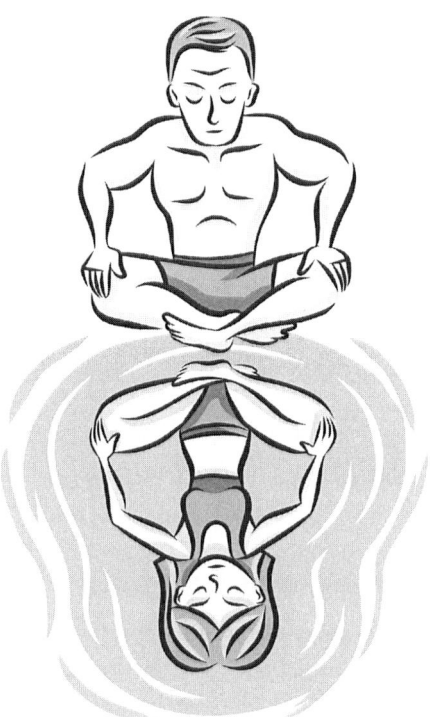

எனக்கு வேற 15 வயசுதான் ஆகுது. குழப்பத்தோடு பொழுது விடிந்தது.

இன்னைக்கு நல்லா ரெண்டு தடவ சோப்புப் போட்டு குளிச்சேன். இருக்கறதுலே நல்ல சட்டை - டிரவுசரைப் போட்டுட்டேன். நெத்தியில சந்தனம் வச்சி அழகா வெளில வந்தேன். டெய்லர் கடைக்குப் போனேன். "வா வா"ன்னு வேகமா என்னை உள்ள கூப்பிட்டார். "உட்காரு"ன்னு சேர் போட்டாரு. கடையில யாருமே இல்லை. மனுஷன் ஏதோ முடிவோட இருக்காருன்னு மட்டும் எனக்குத் தோணுச்சு.

"இதோ பாரு, நான் உன்கிட்ட என் வாழ்க்கையைப் பத்திப் பேசப் போறேன்"னு ஆரம்பிச்சார். நான் அமைதியா இருந்தேன். அவரு சொல்றதுல என் வாழ்க்கையும் அடங்கி இருக்கே.

"சொல்லுங்க"

"நானு பானுவை லவ் பண்றேன். நீதான் அவளோட ரொம்ப குளோஸ் ஆச்சே. எங்களைச் சேர்த்து வக்கறியா?"

நான் உட்கார்ந்து இருந்த இடம் எனக்குச் சுத்துச்சி. என்னைச் சுத்தி என்ன நடக்குதுன்னே தெரியலை. “நீ ஒவ்வொரு முறை கடைக்கு வரும்போதும் எனக்குச் சொல்லணும்னு தோணும். எப்படி ஆரம்பிக்கறதுன்னு தெரியாம உன்னையே பார்ப்பேன். நீயும் ஓடிடுவே. நீ சின்ன பையன். உன்கிட்ட என் காதலுக்கு உதவி கேட்குறேன்னு நினைக்காத”

“என்னது பையனா?”

“உன்னை மாதிரி இருக்குற பசங்க பொண்ணுங்ககிட்ட நெருக்கமா பேசுவீங்க. அதான் உன்கிட்ட உதவி கேக்குறேன் தம்பி”

கதையல்ல நிஜம்

- இது திருநங்கைகள் பலர் வாழ்வில் இள வயதில் நடக்கக் கூடியது. அந்த வயதில் எந்தக் குழந்தையும் தன்னைப் பகுத்து அறிய இயலாது. பெண் உணர்வு உள்ளதை அறியாமல் தன்னைப் பெண் என்றே கருதி வளர்பவர்களும் உண்டு என்பதை நாம் புரிந்துகொள்ள வேண்டும்.
- சட்டப்படி 18 வயதுக்கு முன்பு அக்குழந்தையை நாமும் திருநங்கை எனக் கூறிவிட முடியாது. அவர்களின் உணர்வை அவர்கள் பெற்றோர் அறிந்து அக்குழந்தையைத் திருநங்கை எனச் சமூகத்துக்குக் கூறலாம். அதற்கு உண்டான சான்றிதழ்களை அதாவது திருநங்கை அல்லது திருநம்பி என்கிற அடையாள அட்டையை மாவட்ட ஆட்சியரிடம் பெறலாம். குழந்தைகளின் விருப்பப்படியே வளர்க்கலாம்.
- இக்கதையில் வருவதுபோல் பாலீர்ப்பு நேரத்தில் அவர்கள் சிறார் என்பதைச் சமூகம் மனதில் கொள்ளவேண்டும். POCSO சட்டம் திருநர் குழந்தைகளுக்கும் பொருந்தும். இக்குழந்தைகளின் நடவடிக்கைகளைப் பெற்றோர், சமூகம் கூர்ந்து கவனித்தப் பிறர் அவர்களைக் கேலி செய்து விடாமல் இருக்கவேண்டுமே தவிர அவர்களை மன நல மருத்துவரிடம் அழைத்துச் செல்வது போன்ற செயல்களில் ஈடுபடக் கூடாது.
- அவர்களுக்கான பாதை, காதல் போன்றவற்றை அவர்களே காலப்போக்கில் உரிய வயதில் விருப்பப்படி அமைத்துக்கொள்வார்கள். அதை நாம் புரிந்து ஏற்றுக்கொள்ள வேண்டும்.

02

கற்றுக்கொள்ள வேண்டிய பாடம்

எங்க ஸ்கூல்ல நான்தான் நல்லாப் படிப்பேன்னு மார்தட்டிச் சொல்லுவேன். சொன்னா நம்ப மாட்டீங்க ஒவ்வொரு வருசமும் ரெண்டாவது அல்லது மூணாவது ரேங்குதான் எடுப்பேன்.

ஒரு நாளும் வீட்டுப் பாடத்தை முடிக்காம வரவே மாட்டேன். எனக்கு ஒரே பிரெண்ட் ராணி டீச்சர் மட்டும்தான். அவங்க என்னை ரொம்ப அன்பா நடத்துவாங்க.

“ஏய் இது ராணி டீச்சர் ஆளு”ன்னு பசங்க பேரே வச்சிட்டாங்கன்னா பாருங்களேன். எங்க ஸ்கூல்ல எல்லாமே பசங்கதான்; பொண்ணுங்க இல்ல. இந்த ஸ்கூல்ல நான்தான் பொம்பளைன்னு மணி அடிக்கடிச் சொல்லுவான். அதனால எனக்கு அவனை ரொம்பப் புடிக்கும். ஷாஜஹான்னு ஒருத்தன் என்கூடப் படிச்சான். அவன் என்னை அடிக்கடி அலின்னு கூப்பிடுவான். எனக்கு அர்த்தம் புரியல. ஒரு தடவை போடா எட்டு ஒண்ணுன்னு என்னைய அவன் சொல்லிச் சிரிச்சான். நான் கூட்டிப் பார்த்தேன். அது தப்புன்னு தோணுச்சு.

நான் எட்டு ஒன்னுனா, நீ மட்டன் பாய் போடான்னு சொல்லிட்டேன். அதுக்கு என்னைய அடிக்க வந்தான். ராணி டீச்சர் எனக்குக் கொடுக்குற

இடம் இவனுங்களுக்கு எவ்ளோ பயத்தை உண்டாக்குதுன்னு எனக்கு ஒரு இறுமாப்பே இருந்தது.

இன்டெர்வெல் விட்டதும் நான் லேட்டாதான் பாத்ரூம் போயிட்டு வருவேன். அப்போதானே எல்லாப் பசங்களும் பாத்ரூம்ல இருந்து வெளில வருவாங்க. யாரும் இல்லைனாலும் நான் கதவைச் சாத்திட்டுதான் யூரின் போவேன். அன்னிக்கு நான் எப்போவும் போல ஸ்கூல் போனதும் இப்படி நடக்கும்னு எனக்குக் கொஞ்சமும் தெரியாது. அதிர்ச்சியா இருந்தது.

யார் செய்த வேலை இது. எனக்குப் பார்க்கப் பார்க்க அசிங்கமா இருந்தது. இருங்கடா உங்களை வச்சிக்குறேன், ராணி டீச்சர் வரட்டும்னு காத்திருந்தேன். எனக்கு அழுகையோ கவலையோ கொஞ்சமும் இல்ல. இன்னும் கொஞ்ச நேரத்துல யார் அழப் போறாங்கன்னு பாருங்கடான்னு மனசுல பொருமிட்டு வாசலைப் பார்த்துட்டே இருந்தேன். டீச்சர் வந்துட்டாங்க.

"பாருங்க டீச்சர்"னு போர்டைக் காண்பிச்சேன். "இது என்ன? 9 ன்னு எழுதி அதுக்குள்ள உன் பேரு எழுதி இருக்கு. இது யார் வேலை?"ன்னு என்னைக் கேட்டாங்க. "அதான் டீச்சர் நீங்க கண்டுபிடிங்க. எனக்கு யாருன்னு தெரியல. உங்களுக்காகத்தான் நான் காத்திருந்தேன்".

எல்லோரையும் முறைத்துப் பார்த்த டீச்சர் என்னைப் பார்த்து, "என்ன கண்டுபிடிக்கச் சொல்றே? இல்லாததையா பசங்க எழுதிட்டாங்க. போடா

போ, போய் வேலையப் பாரு"ன்னு சொன்னாங்க.

"நான் டீச்சரு. அதனால உன்னைய எப்போவோ கண்டுபிடிச்சிட்டேன். பிள்ளைங்க இப்போ கண்டுபிடிச்சாங்க. இனிமேலாவது ஆம்பள புள்ள மாதிரி நடடா அறிவு கெட்டவனே. பொம்பள செய்ற வேலையெல்லாம் செய்யாதே புரியுதா?"

இன்டெர்வெல் பெல் அடித்தது.

கதையல்ல நிஜம்

- கல்வி நிலையங்களில் அனைவரும் சமம் என்பதை நிரூபிக்கவே பள்ளிச் சீருடைகள். அனைவரும் என்பதில் சாதி, மதம், ஏழை, பணக்காரன் மட்டுமல்ல பாலினமும்தான். 2014ஆம் ஆண்டு உச்ச நீதிமன்றம் வழங்கிய 'மூன்றாம் பாலினத்தவர்' என்கிற தீர்ப்பின் வரிகளிலும், 2020இல் கொண்டு வரப்பட்ட 'திருநர் பாதுகாப்புச் சட்ட'த்திலும் திருநர் கல்வியைப் பாதுகாக்கக் கல்வி நிறுவனங்கள் முன்வர வேண்டும் எனக் கூறப்பட்டுள்ளது.

- ஆசிரியர் ஒருவர், திருநங்கை உணர்வு கொண்ட அந்த மாணவனைத் தனது தேவைக்குப் பெண்ணாகப் பாவித்துத் தலைவாரச் சொல்வதும் மற்ற சிறார் அக்குழந்தையைப் புறந்தள்ளியபோது அவரும் பொதுப் புத்தியோடு அக்குழந்தையை ஒதுக்குவதும் பெரும் கொடுமை. அந்தக் கணம் அந்தக் குழந்தை மனம் படிப்பைத் தொடர முடியா நிலைக்குச் செல்லும்.

- இனம் கண்டு பாலியல் துன்புறுத்துதல் செய்வது பெண் குழந்தையை மட்டுமல்ல, மாற்றுப்பாலினருக்கும் நடக்கிறது என்பதைத்தான் மேற்கூறிய கதையில் இருந்து அறிய வேண்டும். சக மாணவர்களும் சிறார். எனவே, அவர்கள் கண்ணால் காண்பதைத் திறந்த மனத்தோடு விமர்சிப்பார்கள். அதனால், அக்குழந்தையின் நடை, பேச்சு போன்றவற்றைக் கேலி செய்கிறார்கள். ஆனால், பள்ளி நிர்வாகம் மூன்றாம் பாலினத்தவர் குறித்து அவ்வப்போது மாணவர்கள் மத்தியில் விழிப்புணர்வை ஏற்படுத்த வேண்டும்.

- பள்ளிக் கல்வியில் திருநர் இடைநிற்றலைத் தடுக்க தமிழக அரசு சில முயற்சிகளை மேற்கொண்டு வருகிறது. குறிப்பாகத் தமிழகம் முழுவதும் உள்ள பள்ளிகளில் முதல் கட்டமாக ஒரு லட்சம் ஆசிரியர்களுக்குப் பாலியல் சிறுபான்மையினரான திருநர் குறித்த விழிப்புணர்வை ஏற்படுத்த உள்ளது. இது வரவேற்கத்தக்கது. இதுபோன்ற மாற்றங்களும் முன்னெடுப்புகளும் அதிகரிக்க வேண்டும்.

03

ஆண்போல் வளரும் பெண் திருநம்பியா?

“நீ பைக் ஓட்டும்போது எனக்குப் பெருமையாதானே இருந்துச்சி திவ்யா. அப்போ எனக்குத் தெரியாதே நீ திருநம்பினு”

“அப்பா அதை நீங்க பெருமையாதான் பார்த்தீங்க. ஆனா எனக்குள்ள நான் ஆணுன்னுதான் நெனச்சி வளர்ந்தேன்பா..”

“எப்படிம்மா ஒரு பொண்ணு தன்னை ஆணுன்னு நெனைக்க முடியும்? இதை உலகமும் ஏத்துக்காதேம்மா”

எங்கப்பா இப்படி மனம் வருந்திப் பேசுவது எனக்குக் கவலையாக இருந்தது.

நான் அவருக்குக் கடைசி பொண்ணுன்னு செல்லமா வளர்த்தார். எது கேட்டாலும் வாங்கித் தருவாரு. எனக்கு அப்பான்னா உயிர். அம்மா எப்பவும் சத்தம் போடுவாங்க. எது செஞ்சாலும் கோபப்படுவாங்க.

அது எப்படி நான் பொண்ணுங்களோட விளையாட முடியும்? பார்க்குறவங்க என்ன நினைப்பாங்க? நான் ஒரு பையன்; மத்த பையன்களோட தானே விளையாடணும்? இதை என் அம்மா புரிஞ்சிக்க மாட்டாங்க. நான் என் நண்பனுங்களோட விளையாடினா என்னை அடிச்சி இழுத்துட்டு போயிடுவாங்க.

எனக்கு ஒரு காதுக்கு மட்டும் கம்மல் போதும்னு சொன்னா எங்கம்மா ஒத்துக்க மாட்டாங்க. பெரிய கம்மலா ரெண்டு காதிலும் போட்டு விட்டுடுவாங்க. எனக்குப் பிடிக்கவே பிடிக்காது.

ராஜேஷும் சதீஷும் என் பிறந்த நாளுக்கு ஒரு தொப்பி கொடுத்தாங்க. அது எனக்கு ரொம்பப் பிடிச்சிருந்தது. என் தலைமுடியை தொப்பிக்குள்ள வச்சி மறைக்க நல்லாருக்கும். மூன்று நாள்தான் அதை என் தலைல மாட்டினேன். எங்கம்மா அதைப் போடக் கூடாதுனு பிடுங்கி கிழிச்சே போட்டுட்டாங்க.

இதை எல்லாம் எங்கப்பாகிட்ட சொல்லி அழுவேன். அவரு எங்கம்மாவை நல்லா திட்டுவாரு. "என் பொண்ணு பொம்பளைக்கு பொம்பள; ஆம்பளைக்கு ஆம்பள. எப்படி தைரியமா வளர்த்து இருக்கேன் பாரு"ன்னு மார்தட்டிச் சொல்லுவாரு.

நான் முதன் முதலா பைக் ஓட்டும்போது தெருவே சந்தோஷப்பட்டுச்சி. கந்தசாமி பொண்ணு புல்லட் ஓட்டுறா, தைரியமானவன்னு சொல்லி பெருமைப்பட்டாங்க. ஆண் என்கிற பெருமை எனக்கு எப்பவுமே இருக்கும். ஆனா எங்கம்மா, "நீ வயசுப் பொண்ணு. புடவை கட்டு"ன்னு சொல்லுவாங்க.

இப்படி என்னை நல்லா புரிஞ்ச அப்பா திடீர்னு புரியாத மாதிரி

நடக்கறது எனக்குக் கஷ்டமா இருக்கு.

“அப்பா நான் பையன். என்னைப் புரிஞ்சிக்கோங்க”

“திவ்யா நீ ஆணுன்னு நெனைக்கறத விட்டுடு. எல்லாம் சரியாயிடும். முடி வளர்க்க மாட்டேன், கம்மல் போட மாட்டேன்னு சொல்லாதேம்மா. நம்ம சொந்தக்காரங்க தப்பா பேசுவாங்க. உனக்கு 16 வயசும்மா, இன்னும் நீ புடவை கட்டாம பேன்ட்ஸ் - ஷர்ட் போட்டுட்டு ஊரைச் சுத்துறது தப்பும்மா” - அப்பா என் கையப் புடிச்சி கெஞ்சுறார்.

“நீ பையன் மாதிரி சேட்டை செய்யும்போது எனக்குப் புரியல. உன்னை விஜயசாந்தி மாதிரி தைரியமானவன்னு நெனச்சேன். அதேமாதிரி உன்னைத் தனியா அனுப்பினாலும் எந்த ஆணும் உன்கிட்ட வாலாட்ட முடியாதுன்னும் நெனச்சேன். இப்போ என்னடானா நீ உன்னையே ஆம்பளைன்னு சொல்றியேமா”

“அப்பா நான் மூன்றாம் பாலினம். அதைப் புரிஞ்சிக்கோங்க. நான் பேர்கூட வச்சுக்கிட்டேன். நான் திவ்யா இல்லப்பா, திவாகர். என்ன மாதிரி நெறய பேரு இருக்காங்க, நிறைய சாதிக்கிறாங்க. என்னையும் விடுங்கப்பா நானும் திருநம்பியா வாழுறேன். நீங்க மட்டும் என்கூட இருந்தா போதும்பா”

“இல்ல திவ்யா. நீ மூன்றாம் பாலினம் இல்ல. அது திருநங்கைகளுக்கு கலைஞர் வச்ச பேரு. அவங்கதான் மூன்றாம் பாலினம். திருச்செங்கோடு பக்கத்துல அர்த்தநாரீஸ்வரர்னு ஆணும் பெண்ணும் கலந்த சிலையே இருக்கு. அதனாலதான் சொல்றேன். நீ ஆம்பளப் பசங்களோட விளையாடி உன்னை ஆம்பளைன்னு நெனைக்குறே திவ்யா”

“அப்பா நான் கடைசியா சொல்றேன். நான் ஆண்தான். எனக்கு நெறைய திருநம்பி நண்பர்கள் இருக்காங்க. அவங்களுக்குப் பக்கத்துல ஒரு வீடு எடுத்து இருக்கலாம், வந்துடுங்கப்பா. நான் வேலை பார்த்து உங்களையும் நம்ம குடும்பத்தையும் பார்த்துக்கறேன்”

“திவ்யா நானும் கடைசியா சொல்றேன். நீ இந்த முடிவு எடுத்தா எனக்கு நான் பெத்த மத்த பொண்ணுங்கதான் முக்கியம். உன் விளையாட்டு வாழ்க்கை எனக்கு அவசியம் இல்லை. நீ இந்த ஊரு திருநம்பிங்ககிட்ட இருக்காத. அது எங்களுக்கு அசிங்கம். வேற ஏதாவது ஊருக்குப் போய் எப்படியோ வாழு. என் மூணு மகள்களில் ஒன்னு செத்துடுச்சுனு நான் நெனச்சிக்கிறேன்”

அப்பா என்னைத் திரும்பிப் பார்க்காமல் போய்விட்டார்.

கதையல்ல நிஜம்

- மூன்றாம் பாலினத்தவர் அல்லது மாற்றுப் பாலினத்தவர் என்றால் அது திருநங்கைகள் மற்றும் திருநம்பிகளை உள்ளடக்கியது என்று 2014இல் உச்ச நீதிமன்றம் கூறியுள்ளது. தமிழக அரசு, திருநம்பிகளுக்கும் அடையாள அட்டை வழங்கியும், திருநங்கைகளின் நல வாரியத்தில் திருநம்பிகளையும் உறுப்பினர்களாக வைத்துள்ளது.

- ஓர் ஆண் சிறுவனாக இருக்கும்போது ஆணுடையில் பெண் போன்று நடந்தாலோ பேசினாலோ சுற்றி இருப்பவர்கள் எளிதில் திருநங்கை எனக் கூறிவிடுவர். ஒரு பெண் சிறுவயதில் ஆண் போன்று நடந்துகொண்டால் அது சமூகத்தில் பெருமையாகக் கருதப்படுகிறது. அந்தப் பெண் திருநம்பியாக இருக்கக்கூடும் என நினைப்பதில்லை. திருநம்பிகள் சிறுவயதில் ஆண்களைப் போன்ற நடை உடைகளை கொண்டவர்கள் என்பதை நாம் புரிந்துகொள்ள வேண்டும். அதற்காக அப்படி நடந்துகொள்ளும் அனைத்துப் பெண்களும் திருநம்பிகள் அல்லர்.

- திருநம்பியர் ஆண்களின் அணிகலன்கள், உடைகளை விரும்புவர். இதுவும் இயற்கையே. ஏதோ பழக்கவழக்கம் என்று நாம் கருதலாகாது. அவர்கள் ஆணைப் போன்று இருக்கிறார்கள் என்றவுடன் அவர்களை நாம் திருநம்பி என்று கூறக் கூடாது. அவர்கள் 'தான் ஒரு திருநம்பி' என்றால் மட்டுமே நாம் அவர்களைத் திருநம்பியாக ஏற்றுக்கொள்ள வேண்டும். திருமணம் செய்தால் காலப்போக்கில் சரியாகிவிடும் என்கிற எண்ணம் இதற்குத் தீர்வல்ல.

- திவ்யா என்கிற திவாகரின் வாழ்க்கையில் பெரிய அடியே அவளுடைய தந்தை அவளைக் கைவிட்டதுதான். இனி திவாகர் அன்பும் ஆதரவும் தேடி போகவேண்டிவரும். தன் மகளுக்குப் பிடித்த படிப்பை, விரும்பிய கணவனை ஏற்றுக்கொள்ளும் பெற்றோர் அவர்கள் விரும்பிய இனத்தையும் ஏற்றுக்கொண்டால் அவர்கள் வீதியில் அலைய வேண்டியதில்லை.

- திருநம்பி அல்லது திருநங்கை இவர்கள் தங்களை எவ்வாறு அழைக்கவேண்டும் எனக் கூறுகிறார்களோ அவ்வாறு நாம் அவர்களை அழைக்க வேண்டும். தோற்றத்திற்கோ, அறுவை சிகிச்சை செய்து விட்டார்களா என்றோ நாம் அவர்களை ஆராய வேண்டியதில்லை.

04

என்னைப் போல் ஒருத்தி

"நம்மள மாதிரி இந்த உலகத்துல யாருமே இல்லைன்னு நெனச்சேன்டி உன்னைப் பாக்குற வரை."

"எனக்கும்தான் அப்படி இருந்தது. ஆனா, இப்போ அப்படித் தோணலைடி."

எனக்கு மனசில் சந்தோஷம். மணியைப் பார்த்தா கண்ணாடி பார்க்குற மாதிரி இருக்கு. நான் பட்ட கஷ்டமெல்லாம் மணியும் பட்டிருக்குன்னு சொல்லும்போது எனக்கு ஒரு தைரியம் வருது.

"நம்மள மாதிரி யாராவது இந்த ஏரியாவுல இருக்காங்களா?"

மணி கூட்டிட்டுப் போனான். அது ஓடு போட்ட வீடு. உள்ளே ஐந்து திருநங்கைகள் இருந்தாங்க. அதுல ஒரு அம்மா பெரிய பொட்டு வச்சு காட்டன் புடவை கட்டி கயிற்றுக் கட்டில்ல உட்கார்ந்திருந்தாங்க. மத்தவங்க சின்ன வயசா இருந்தாங்க. அதுல ரெண்டு பேரு அசல் பொண்ணு மாதிரியே இருந்தாங்க.

எனக்கும் மணிக்கும் ஆச்சர்யமா இருந்திச்சி. அங்கேயே இருக்கணும்னு தோணுச்சு.

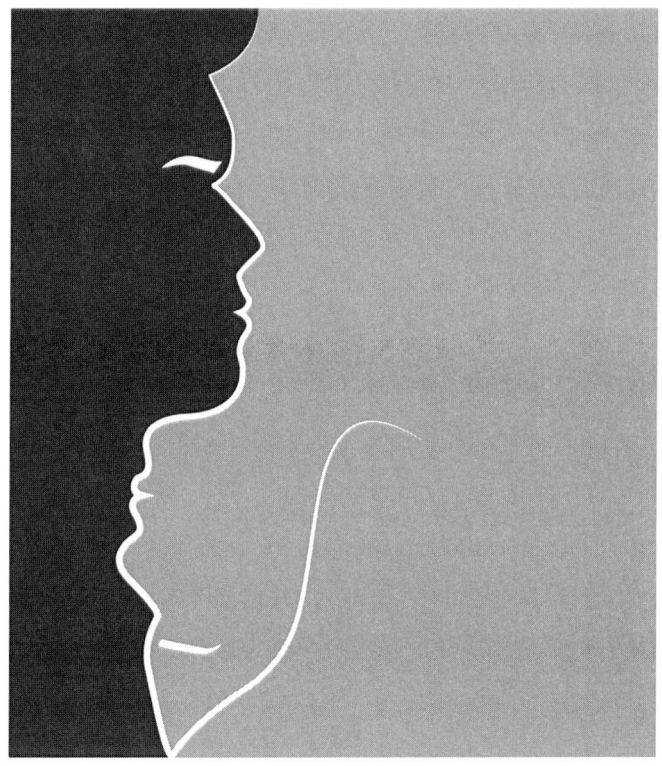

"நீங்க இங்க இருக்கணும்னா இருங்க, ஒன்னும் பிரச்சினை இல்ல."

அந்தப் பெரியம்மா சொல்லும்போது எனக்குச் சந்தோசமா இருந்தது.

"மணி நீ என்ன சொல்றே? நாம இங்கேயே இருந்துடுவோமா? எனக்கு எங்க வீடு கொஞ்சமும் பிடிக்கலை. அவங்க என்ன புரிஞ்சிக்கலை. அதுவும் எங்க மாமா, என்னை ஆம்பளையாதான் நெனைக்குறாரு. எனக்குப் படிக்கவும் பிடிக்கலை. அங்கேயும் நான் பொண்ணு மாதிரி இருக்க முடியல. எனக்கு இங்க இருக்க ரொம்ப பிடிக்குதுடி."

அந்த மூத்த திருநங்கை குறுக்கிட்டு, "ஏண்டி நீ சொல்ற கதைதான் எங்க எல்லாருக்கும் நடந்தது. அது ஒரு பக்கம் இருக்கட்டும். உங்க ரெண்டு பேரையும் ஜமாத்தில வச்சி எங்க வீட்ல ரீத்து போடுறோம். அங்க வச்சி பொம்பள பேரு வைப்பாங்க சரியா?"

அதே பெரியம்மா மணியைப் பார்த்து, "இதோ பாருடி

கண்டிப்பா நீ மணி கிடையாது. ஏன்னா என் குருபாய் பேரு மணிமேகலை, சரியா? பெரியவ பேரை உனக்கு வைக்க முடியாது. உன் பேரைத்தான் முதல்ல ஜமாத்தில சொல்லி மாத்துவேன்''ன்னு சொன்னாங்க.

அந்தப் பெரியம்மா சொன்னதைக் கேட்டு சுத்தி இருந்த எல்லாரும் சிரிச்சாங்க. அந்த அழகான ரெண்டு திருநங்கைகளும் சிரிச்சது பொண்ணு மாதிரியே இருந்துச்சி.

''அம்மா நானும் இவங்கள மாதிரி மாறிட முடியுமா?''

பொண்ணு மாதிரி இருந்த திருநங்கைல ஒருத்தி குறுக்கிட்டாள். ''அடியே, பைத்தியக்காரி. முதல்ல அவங்கள நீ நானின்னுதான் கூப்பிடணும் புரிஞ்சுதா? அவங்க எனக்கு அம்மா. நான்தான் உங்க ரெண்டு பேருக்கும் அம்மா.''

இந்த சின்ன வயது திருநங்கை எனக்கு அம்மாவா? எனக்கு இந்தக் கலாச்சாரம் கொஞ்சம் கொஞ்சமா புரிய ஆரம்பிக்குது.

''சரிங்கம்மா. எப்படியோ நான் உங்கள மாதிரி ஆகணும்.''

''சரி உன் வயசு என்ன?''

''எனக்கு 17 மணிக்கு 19''

''அப்படின்னா முதல்ல மணியை ஜமாத்துக்கு வரச் சொல்லு. உனக்கு இன்னும் கொஞ்ச நாள் போகட்டும் சரியா.''

இவங்கதான் நம்மைப் புரிஞ்சவங்கனு எனக்கு முழு நம்பிக்கை வந்துச்சி. சின்ன வயசா இருந்தாலும் இவங்க என் இன்னொரு அம்மாதான். எங்க அம்மா எனக்கு இன்னொரு அறிவுரையும் சொன்னாங்க மணியை நான் குருபாய்னுதான் கூப்பிடணுமாம். இல்லனா அக்கான்னு கூப்பிடணுமாம்.

நானும் எங்க திருநங்கை அம்மா மாதிரி பொண்ணாயிடுவேன்னு நினைக்கும்போது எனக்குப் பட்ட கஷ்டமெல்லாம் மறந்து போகுது. என் குருபாய் மணிக்குதான் நன்றி சொல்லணும். எனக்கு அவங்களை மாதிரி புடவை கட்டணும்னு ஆசையா இருக்கு.

மறுபடி நாளைக்கே அங்க போகணும். எங்க மாமாவோ மத்தவங்களோ என்னை ஏதாவது சொன்னா, நிரந்தரமா திருநங்கை அம்மா வீட்டுக்குப் போயிடணும்னு முடிவு பண்ணிட்டேன்.

கதையல்ல நிஜம்

- திருநங்கைகள் ஒன்றுகூடி இருக்கும் இடம் 'ஜமாத்' என அழைக்கப்படுகிறது. இது அந்தக் காலத்தில் இருந்து திருநங்கைகள் மத்தியில் இந்தியா முழுவதும் புழக்கத்தில் இருக்கும் ஒரு சொல்.

- ஜமாத் என்னும் திருநங்கையர் குழு, பிறந்த வீட்டினரால் புரிந்துகொள்ளாமல் புறந்தள்ளப்படும் திருநங்கை மக்களுக்கு இன்னொரு பிறந்த வீடு. மேலும், தான் நினைத்தபடி வாழவும் தனது உடலை மாற்றிக்கொள்ளவும் இந்த இடம் இவர்களுக்குத் தேவை. ஆனால், இதற்கு அந்தத் திருநங்கைக்கு 18 வயது நிரம்பி இருக்கவேண்டும். மற்ற திருநங்கைகள் வீட்டிலோ ஜமாத்திலோ இருக்க சொந்த விருப்பம் இருக்க வேண்டும் என்று 'திருநர் பாதுகாப்புச் சட்டம் 2020' சொல்கிறது.

- அங்கே பயன்படுத்தப்படும் சில வார்த்தைகள் சக திருநங்கைகள் மட்டுமே புரிந்துகொள்ளும்படியான சங்கேதச் சொற்கள் ஆகும். இவையும் பெரும்பாலும் இந்தியா முழுக்க உள்ள திருநங்கைகளுக்குப் புரியும் (உதாரணம்: குருபாய் - சகோதரி, நாரன் - பெண்). புறக்கணிக்கப்பட்டு வாழ்ந்ததால் பிறருக்குப் பயந்து அவர்கள் புரிந்துகொள்ளக் கூடாது என உருவாக்கப்பட்ட சொற்கள் இவை. தற்போது 'திருநங்கை', 'திருநம்பி' என்பது போன்ற நல்ல சொற்கள் பரவலாகிவருவதும் புறக்கணிப்பு குறைந்துவருவதும் குறிப்பிடத்தகுந்தவை.

- பெண்ணுடை அணிய ஆரம்பிக்கும் சிறு வயது திருநங்கைகள் மற்ற திருநங்கையரின் உதவியை நாடுவார்கள். ஹார்மோன் சிகிச்சை, அறுவை சிகிச்சை என இதற்கு முன்பு இவற்றை மேற்கொண்ட சக திருநங்கைகளின் உதவியைப் பெரிதும் நாடுவார்கள்.

- மன உளைச்சலில் இருந்து மீள இவர்களுக்கு இக்குழு உறுதியாக உதவுகிறது. தான் மட்டுமல்ல தன்னைப் போல் இவ்வளவு பேர் உள்ளனர் என்கிற எண்ணமும் தன்னைப் புரிந்துகொண்ட சகோதரிகள், அம்மாக்கள், நானிகள் எனப் புது உலகை இவர்கள் காண்பது தைரியத்தோடு வாழலாம் என்கிற நம்பிக்கையையும் கொடுக்கும்.

- ஒரு திருநங்கையைப் பெற்றவர்கள் அக்குழந்தையைப் புரிந்துகொண்டு திருநங்கையாகவே ஏற்றுக்கொண்டால் அந்தக் குழந்தையின் விருப்பத்துடன் ஹார்மோன் சிகிச்சை, அறுவை சிகிச்சைகள் போன்றவற்றைச் செய்ய முடியும். அப்போது அவளுக்கு மற்றவர்களின் உதவி தேவைப்படாது.

05

18 வயதுக்குப் பிறகு முடிவெடுக்கலாம்

"நீங்க இந்தப் பையனை வீட்டுல எப்படிக் கூப்புடுவீங்க?"

போலீஸ் எங்க அம்மாவையும் நானியையும் அப்படி ஒரு கத்து கத்துறாரு.

"சார், இதுங்ககிட்ட ஏன் சார் இவ்ளோ பேசுறீங்க? தூக்கி உள்ள போடுங்க சார்."

எங்க மாமா ஒரு பக்கம் கத்துறாரு.

போலீஸ் எங்க மாமாவைச் சமாதானப்படுத்தினார்.

"விடுங்க சார் தெரியாம செஞ்சிருப்பாங்க. அதான் சொல்றோமில்லே. இனிச் சேர்க்கமாட்டாங்க. இதோ பாருங்க இந்தப் பையன் உங்களை மாதிரி திருநங்கைக இல்லை. ஆம்பளைப் பையன். அவன் தொடர்ந்து உங்க வீட்டுக்கு வந்தா உங்களை மாதிரி ஆகிடுவான். அவனைக் கூப்பிடாதீங்க சரியா?"

"சார் நாங்ககூப்பிடல. அதுதான் வந்துச்சி. அதையே கேளுங்க."

"ஆமா சார். நான்தான் போனேன். திருநங்கைங்க வீட்டுக்குத் திருநங்கை ஒருத்தி போகக் கூடாதா?"

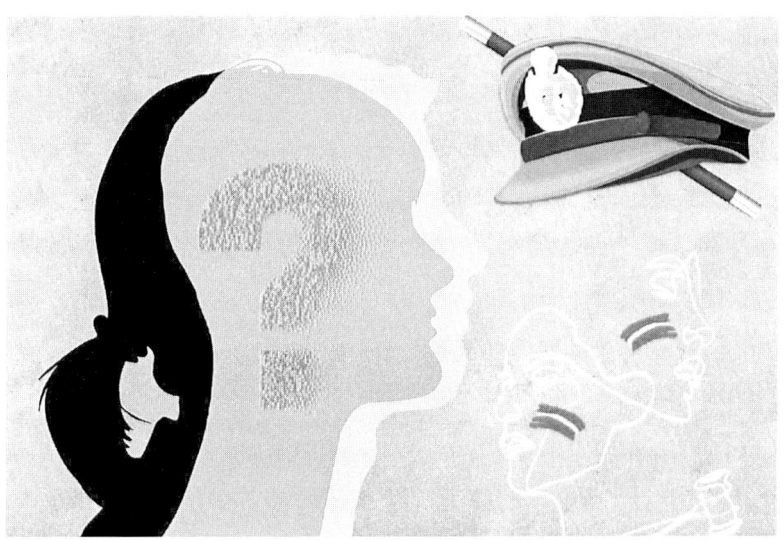

போலீஸ் ஸ்டேஷன்னு பார்க்காம எங்க மாமா என்னை அடிக்கப் பாய்ந்தார்.

மாமாவைத் தடுத்த போலீஸ், மறுபடியும் எங்கம்மாவையும் நானியையும் திட்டினாரு.

"நீங்க எப்படி மனசை மாத்தியிருக்கீங்கன்னு பார்த்தீங்களா? 19 வயசுப் பையனை உங்களை மாதிரி மாத்துறீங்கன்னு கேஸ் போட்டு உள்ளே தள்ளவா?"

போலீஸ் என் பக்கம் திரும்பி, "நீ இனிமே ஒழுங்கா இரு. போய் உங்க அப்பா அம்மாவோடதான் இருக்கணும் சரியா? அப்படி இவங்களோடதான் இருக்கணும்னா அதுக்கு நான் ஒப்புக்க மாட்டேன். நீ இவங்களோட இருந்தா இவங்களை மாதிரி ஆகிடுவ. அப்புறம் சோத்துக்குப் பிச்சைதான் எடுக்கணும்."

அந்த ஸ்டேஷன்ல இருந்த இன்னொரு போலீஸ் எங்க மாமாவைக் கூப்பிட்டு, "ஏம்பா எனக்குத் தெரிந்த ஒரு மன நல மருத்துவர் இருக்கார். அவரு இது மாதிரி குழப்பம் உள்ள பசங்கள அழகா சரிபண்ணிடுவார்" என்றார்.

ஒரு ஏட்டு குறுக்கிட்டு, "ஐயா எங்க வீட்டுக்கிட்ட இப்படி ஒரு பையன் இருந்தான். அவனை நான்தான் குடி மறுவாழ்வு மையத்துல சேர்த்தேன்.

மூணு மாசம் வச்சி அடி வெளுத்துச் சரிபண்ணிட்டாங்க. அங்க போய் விட்டுடுங்க” என்றார்.

இது மன நலம் சம்பந்தமான பிரச்சினை இல்லைன்னு போலீஸ்கிட்ட எங்க நானி எடுத்துச் சொன்னாங்க. ஆனா, அதை அவங்க மதிக்கலை.

“இதோ பாருங்கம்மா, நீங்க மூத்தவங்களா இருக்கீங்க. அரசாங்கமும் உங்களைப் புரிஞ்சிக்கணும்னு எங்களுக்குச் சொல்லி இருக்கு. உங்களைத் திருநங்கைன்னு அழைக்கணும்னு தெரியும். அதனால நான் உங்களைத் தப்பு சொல்லலை. ஆனா, பையனைத் திருநங்கையா மாத்துறதை எப்படி ஏத்துக்க முடியும்?”

“சார் அது திருநங்கைதான். நானும் சின்ன வயசுல அப்படித்தான் இருந்தேன். பையனாதான் நாங்க வெளியில தெரிவோம். மனசுக்குள்ள பொண்ணுன்னு வாழுவோம். நானும் பேன்ட் சட்டையைத்தான் போட்டுட்டு இருந்தேன். பல பிரச்சினைகளைச் சந்தித்து இப்போ என் மனசுல இருக்குற பெண்மையை உடையிலும் உடலிலும் கொண்டு வந்துட்டேன்.”

எங்க மாமா ரொம்பச் சத்தமா கத்த ஆரம்பிச்சார்.

“நீங்க மாறுனா எங்க பையனும் மாறணுமா?”

போலீஸ் குறுக்கிட்டுச் சமாதானப்படுத்தி, “இதோ பாருங்க பெரியம்மா. இது கோர்ட், கேஸுன்னு போனா நீங்கல்லாம் உள்ளே போக வேண்டி வரும். அவங்க பையன் அவங்களோட இருக்கட்டும். அவங்க வேலை வாங்கிக் கொடுத்து ஒரு கல்யாணம் பண்ணிட்டா எல்லாம் சரியாகிடும்” என்றார். என் வாழ்க்கை குறித்து இந்த போலீஸ் ஏன் முடிவு எடுக்கிறார் என எனக்கு அழுகை வந்தது.

“சார், நான் கூட்டிட்டுப் போகணும்னு பேசலை. அந்தக் கொழந்தை அவங்க வீட்டிலேயே இருக்கட்டும். ஆனா, அதைத் திருநங்கைன்னு புரிஞ்சு அவங்க குடும்பம் ஏத்துக்கட்டும். கொடுமை செய்ய வேண்டாம். முக்கியமா, கல்யாணம் பண்ணிட வேண்டாம். ஒரு பெண்ணோட பாவம் எங்களுக்கு வேண்டாம்.”

இதைக் கேட்டதும் எங்க மாமா எங்க நானியைக் கேவலமா திட்டினாரு. என் திருநங்கை அம்மாவும் என் அம்மாவும் சத்தமாப் பேசி சண்டை போட்டாங்க. போலீஸ் இரண்டு தரப்பையும் அமைதிப்படுத்தி கடைசியா என் கருத்தைக் கேட்டாங்க.

“நான் எங்க திருநங்கைங்களோட இருக்கப்போறேன் சார். நான் பெண்ணா மாறணும் அவ்ளோதான். எங்க வீட்ல இதுக்குச் சம்மதிக்க மாட்டாங்க. அதனால நான் எங்க வீட்ல இருக்க மாட்டேன் சார்”

போலீஸ் எங்க மாமாவைப் பார்த்து, “சரி சார். அவன் வழியில கொஞ்ச நாள் விடுங்க. மனசு மாறி வர்றானான்னு பாருங்க. இல்லைன்னா நீங்க இந்த விஷயத்தை கோர்ட்ல பாத்துக்கோங்க” என்றார்.

கதையல்ல நிஜம்

- ஒருவர் திருநங்கை அல்லது திருநம்பி என வெளியில் இருந்து யாரும் கூற முடியாது. சம்பந்தப்பட்ட மனிதர் தனது 18 வயதில் அதைச் சொல்ல இயலும். இந்தக் கதையில் தன்னைத் திருநங்கை எனக் கூறுபவருக்கு 19 வயது. காவல்துறையும் மற்றவர்களும் அவர் சொல்வதை ஏற்றுக்கொள்ளத்தான் வேண்டும்.
- திருநங்கைகள் தமது குழுக்களை ‘ஜமாத்’ என அழைக்கின்றனர். இதில் புதிதாக வரும் திருநங்கைகளைத் தத்து எடுத்து அவர்களுக்கு, ‘நான் தாயாக, சகோதரியாக இருக்கிறேன்’ என ஒரு புதிய உறவைக் கொடுக்கின்றனர். இது சட்டப்படியான அமைப்பல்ல; இந்தியா முழுவதும் உள்ள திருநங்கையர் கட்டமைப்பு.
- திருநங்கை ஒருவர் 18 வயதுக்கு மேல் அவரின் விருப்பப்படி பெற்றோரிடமோ மற்ற திருநங்கைகளோடோ அல்லது விருப்பப்பட்ட இடத்திலோ இருக்க உரிமையுண்டு. இதை யாரும் தடுக்க இயலாது.
- குடி மறுவாழ்வு மையத்தில் அடைப்பது, மனநலமருத்துவம் போன்றவை சட்டப்படி குற்றம். இதை 2020இல் வெளிவந்த திருநர் பாதுகாப்புச் சட்டம் உறுதிப்படுத்துகிறது. உலகச் சுகாதார நிறுவனமும் திருநங்கைகள் மன நோயாளிகள் அல்ல என்று கூறியுள்ளது.
- இந்தக் கதையில் வரும் மாமா மூத்த திருநங்கையை அடிப்பேன் என்று மிரட்டுவது குற்றம் எனச் சட்டம் சொல்கிறது. அவர் மீது காவல்துறையில் புகார் கொடுக்கலாம்; சிறைத் தண்டனை உண்டு.
- 2021 சுஷ்மா எதிர் சென்னைக் காவல் ஆணையர் வழக்கின் (Sushma vs Chennai Commissioner of Police) தீர்ப்பில், ‘காவல்துறையினர் பால் புதுமையினர் (LGBTIQ) மக்களைப் புரிந்துகொள்ள வேண்டும்; அவர்களின் பிரச்சினைகளைக் காதுகொடுத்து கேட்கவேண்டும்’ என்று கூறப்பட்டுள்ளது.

06

தாய் புரிந்துகொள்ள வேண்டும்

இன்னைக்கு நான் ஆபீஸ்ல நுழைஞ்சதுமே ரம்யா என்னைப் புகழ ஆரம்பிச்சிட்டா.

“பெண் என்றால் உங்களைப் போல் இருக்கணும் மேடம். எவ்வளவு துணிச்சல்! ஒவ்வொரு செயலிலும் சும்மா தூள் கௌப்புறீங்க.”

“ரம்யா.. மேடமுக்குத் துணிச்சல் மட்டுமில்ல, அவங்க நெனச்சா எதையும் சாதிப்பாங்க.” - இது என் ஆபீஸ்ல வேலை பாக்குற லட்சுமி.

இப்படி ஆளாளுக்கு என்னை ரொம்பப் பெருமையாப் பேசுறது என்னை ஐஸ் வைக்கறதுக்கு மட்டுமில்ல, உண்மையும் கூட. நான் ரொம்ப தைரியசாலின்னு எனக்குத் தெரியும். ஜான்சி என்கிற பெயருக்கேற்ப நான் நடந்துகொள்வதாகப் பலரும் சொல்வார்கள்.

ரம்யாவும் லட்சுமியும் எந்தக் கூட்டமானாலும் என்னைப் பேச வைத்துவிடுவார்கள். நான் பேசுவது அந்தக் கூட்டத்தில் உள்ளோருக்குத் தைரியத்தையும் புத்துணர்வையும் தருவதாகச் சொல்வார்கள். இவர்கள் எல்லாம் என்னைப் பெண் என்று சொல்வதோ மேடம் என்பதோ எனக்குப் பிடிப்பதில்லை. ‘ஆணுக்கு நிகர்’ என்கிற வார்த்தை மட்டும் எனக்கு எப்போதும் சந்தோஷத்தைத் தருகிறது.

நானும் அவர்களிடம் நான் ஒரு திருநம்பி என்று சொல்லிவிட மனது தவிக்கும். ஆனால், உயரிய பொறுப்பில் இருக்கும் எனக்கு இதனால் எப்பேர்ப்பட்ட பிரச்சினை வருமோ என்கிற பயத்தில் சொல்ல மாட்டேன். அலுவலகப் பணியாளர்கள் எல்லாரும் என்னிடம் மதிப்போடு நடந்து கொள்வார்கள். அதிலும் ஆண்கள் என்னிடம் மிகவும் கண்ணியமாக நடந்து கொள்வார்கள். ஒரு முறை எல்லாரும் கொடைக்கானலுக்கு சுற்றுலா போயிருந்தோம். அப்போது ஆண் பணியாளர்களோடு பேசிக்கொண்டே இரவு முழுவதும் அவர்கள் ரூமிலேயே தூங்கியும் இருக்கிறேன். எனக்கு எந்த வேறுபாடும் தெரிந்ததில்லை. அவர்களும் என்னை வேறுபடுத்திப் பார்த்ததில்லை. என்னை ஒருவரும் திருநம்பி எனக் கண்டறிந்ததும் இல்லை.

என் அப்பா உயிரோடு இருந்தபோது ஒருநாள் அவரது வேட்டியை நான் யாருக்கும் தெரியாமல் அணிந்து கொண்ட போது எனக்கு அப்படி ஒரு சந்தோஷம். கண்ணாடி முன் வேட்டியோட நிக்கும்போது அமெரிக்காவுல இருக்குற என் பெரியப்பா பையன் மாதிரியே தெரிந்தேன்.

எனக்கு எனது கம்பெனியை மிகச் சிறப்பாக நடத்த வேண்டும் என்பது மிகப் பெரிய கனவு. காரணம், என் அப்பா இந்த கம்பெனியை இரண்டு பேரை மட்டும் வைத்து ஆரம்பித்தார். உழைத்து உழைத்து 80 பேர் பணிபுரியும் அளவுக்கு உயர்த்தி ஒரு நாள் திடீரென்று மாரடைப்பில் இறந்துபோனார். ஆண் வாரிசு இல்லாத வீடு, இனி இந்த கம்பெனி அவ்ளோதான் என எல்லாச் சொந்தங்களும் சந்தோஷப்பட்ட நேரத்தில், நான் இந்தப் பொறுப்பை ஏற்றேன். 'நான் எங்க அப்பாவின் மகன்' என்கிற இறுமாப்பு எனக்கு எப்போதும் இருக்கும். அதுவே என் கம்பெனியின் வெற்றி. ஆனால், மனதளவில் நான் திருநம்பியாக வாழ்ந்தே இறந்து போய்விடுவேனோ என்கிற கவலை எப்போதும் எனக்கு உண்டு.

என் மனதில் உள்ள ஆண் உணர்வை அம்மாவிடம் சொல்லத் தோன்றும். சொன்னால் அம்மா எப்படி எடுத்துக் கொள்வார்களோ என்று பயமாக இருக்கும். ஆனால், எத்தனை நாள்களுக்கு இந்தக் கண்ணாமூச்சி ஆட்டம். நான் ஒரு முடிவுக்கு வந்துவிட்டேன். இனியும் இப்படி மனவேதனையுடன் வாழ வேண்டாம். நேராக அம்மாவிடம் போனேன்:

"அம்மா உன்னிடம் பேசணும்."

"என்னடி?"

"அம்மா நீ முதல்ல என்னை வாடி போடின்னு கூப்பிடாதே."

"அப்போ என்னன்னு கூப்பிடறது?"

எங்கம்மா சிரிச்சிட்டே கேட்டாங்க.

"வாடா, போடான்னு கூப்பிடு."

எங்கம்மா என்னை உத்துப் பார்த்துட்டு, "நீ எப்போ இப்படிச் சொல்லுவேன்னு காத்திருந்தேன்டா செல்லம். எனக்கு எல்லாம் தெரியும். உன்னைப் பெத்தவளாச்சே நான். நீ திருநம்பின்னு எனக்குத் தெரியும்டா"

எனக்குப் பயங்கர ஆச்சரியம். எங்கம்மாவைக் கட்டிப் பிடித்து முத்தம் கொடுத்தேன். ரொம்பச் சிரிச்சேன். சத்தமாச் சிரிச்சேன். உரக்கச் சிரிச்சேன். திடீர்னு முழிப்பு வந்தது. இப்போ மணி அதிகாலை 4.30.

கதையல்ல நிஜம்

◆ ஒரு திருநம்பி தனது நிலையை வெளியே சொல்ல முடியாமல் தவிக்கும் சூழலைத்தான் ஜான்சியின் கதை உணர்த்துகிறது. மனதளவில் பல குழப்பங்களோடு தவித்துவரும் ஜான்சியின் நிலையில்தான் இன்று பல திருநம்பிகள் வாழ்ந்துவருகின்றனர்.

◆ மாற்றுப் பாலினத்தவர் தன் நிலை குறித்து வெளியே சொல்லாமல் மறைத்து வாழும்போது மனது ஒரு பாலினமாகவும் உடல் வேறொரு பாலினமாகவும் இருக்கும். குறித்த காலத்தில் அவர்களின் மாற்றங்களை வெளிப்படுத்தவும் அவர்களுக்கான ஆலோசனைகள், சிகிச்சைகள் எளிதில் கிடைத்திடவும் வேண்டும்.

◆ இந்தக் கதையில் வரும் திருநம்பியைக் கண்டறிந்தாலும் அறியாவிட்டாலும் ஜான்சி மற்றவர்களுக்குச் சம்பளம் கொடுக்கும் நிலையில் இருப்பதால், அவளது பாலினம் குறித்துத் தெரிந்ததாகக்கூட யாரும் வெளிக்காட்டிக்கொள்ளவில்லை.

◆ இந்தியாவிலேயே தமிழ்நாடு அரசுதான் திருநம்பிகளை உள்ளடக்கிய திருநங்கைகள் நல வாரியத்தை முதலில் அமைத்தது. தமிழ்நாட்டில் இரண்டு மாவட்ட அரசு மருத்துவமனைகளில் இவர்களுக்கான பால் மாற்று சிகிச்சைகள் நடைபெற்றுவருகின்றன.

◆ இந்தக் கதையில் வரும் திருநம்பி ஏங்குவது தாய் தன்னை ஏற்றுக்கொள்ள வேண்டும் என்பதற்குத்தான். அது மட்டும் மாற்றுப் பாலின மக்களுக்கு மிகவும் அவசியம் என்பதைப் புரிந்துகொள்ளவேண்டும்.

07

திருநங்கையை ஆணாக மாற்றும் சிகிச்சை உண்டா?

"நெஞ்சு எரிச்சல் தாங்க முடியல. எதைச் சாப்பிட்டாலும் கொமட்டுது குரு" என்று சொன்னதும் நான் கர்ப்பமாக இருப்பதாகச் சொல்லி என் குரு என்னைக் கிண்டல் செய்தாள்.

"குரு.. நீங்க விளையாட்டா நெனைக்காதீங்க. எனக்கு உண்மையிலேயே நெஞ்சு எரியுது, கொமட்டுது. எதைத் தின்னாலும் வாந்தி வர மாதிரியே இருக்கு புரிஞ்சிக்கோங்க."

உடனே என் குருபாய் குறுக்கிட்டு என்னைக் கிண்டல் செய்ய எங்க வீடு முழுக்க சிரிப்புச் சத்தம்.

"ஏய்.. அமைதியா இருங்கடி. நான் கிண்டல் பண்ணா நீங்களும் அவளைச் சத்தாய்ப்பீங்களா? சரிடி மேனகா நீ போய் ஒரு நல்ல டாக்டரைப் பாரு.. ஏய் ரதி நீ அவகூட உதவிக்குப் போ."

என் குரு எனக்குப் பணமும் கொடுத்து அனுப்பினாள்.

"ரதி எனக்கு என்னமோ பயமா இருக்குடி. ஏதாவது பெரிய பிரச்சினையா இருக்குமோ?"

"பயப்படாதே மேனகா. ஏதாவது ஒத்துக்காததைக் கடையில சாப்டிருப்ப. அதுவாதான் இருக்கும்."

ரதி எனக்கு ஆறுதல் கூறினாள். அவள் சொல்லும்போது எனக்கு நினைவுக்கு வருது. "ஆமாம் நேத்து நான் பானி பூரி சாப்டதுல இருந்துதான் இந்த மாதிரி இருக்கு. இருந்தாலும் ஒருமுறை குரு சொன்ன மாதிரி டாக்டர்கிட்ட பார்த்துடுவோம்."

அந்த கிளினிக் ரொம்பப் பெருசா இருந்தது. ரிசப்ஷன்ல இருந்தவங்க எங்களைப் பார்த்ததும் கொஞ்சம் பரபரப்பானாங்க.

"என்ன வேணும்?"

"இல்ல. நாங்க காசு கேட்டு வரல. எனக்கு உடம்பு சரியில்ல. டாக்டரைப் பாக்கணும்."

பேரு, அட்ரஸ் எல்லாம் கேட்டு எழுதினாங்க. ஒரு டோக்கனைக்

கொடுத்து உட்காரவச்சாங்க.

“எத்தனை நாளா இந்தப் பிரச்சினை இருக்கு?”

“நேத்துல இருந்து டாக்டர்”

“எக்ஸ்ரே, இசிஜி ரெண்டும் எடுங்க. பார்த்துட்டு நான் சிகிச்சை கொடுக்கறேன்”

ஒரு முறை எக்ஸ்ரே எடுத்ததும் மீண்டும் எக்ஸ்ரே எடுக்கக் கூப்பிட்டாங்க. சிஸ்டர் வேகமா வெளில போனாங்க. டாக்டர் கூடவே வந்தாரு. இப்போ டாக்டர் எக்ஸ்ரே எடுத்தார். எல்லாம் கூடி கூடி ஏன் பேசுறாங்க? எனக்குக் கொஞ்சம் பயமா இருந்தது.

டாக்டர் என்னை அழைச்சார். “ஏம்மா உங்களுக்கு இதுக்கு முன்னாடி யாராச்சும் எக்ஸ்ரே எடுத்தாங்களா?”

“இல்லை டாக்டர். அதுக்கு அவசியம் வரல”

“சரி உங்க கூட வந்தவங்களைக் கூப்பிடுங்க”

எனக்கு ரொம்ப பயமாயிடுச்சி. எதுக்கு ரதியைக் கூப்பிடுறாங்க? எனக்கு என்னாச்சி? கடவுளே எனக்கு எதுவும் இருக்கக் கூடாது.

“இவங்களுக்கு ரெண்டு மார்புலேயும் கட்டி வந்திருக்கு. மனசைத் தேத்திக்கோங்க. கட்டி ரொம்பப் பெருசா இருக்கு. உடனே இதுக்கான மத்த டெஸ்டுகளை எடுக்க ஆரம்பிக்கணும்.”

டாக்டர் சொன்னதைக் கேட்டு ரதியும் நானும் குலுங்கிக் குலுங்கி சிரிச்சோம்.

“டாக்டர் இதுக்கா இவ்ளோ நேரம் வேஸ்ட் பண்ணீங்க. என்கிட்ட கேட்டிருந்தா நானே சொல்லியிருப்பேனே. அது என்னோட செயற்கை மார்பகம். நான் சிலிக்கான் வச்சிருக்கேன்.”

அடுத்து ஸ்கேன் எடுத்தாங்க.

“வயிறு நெறைய தண்ணி குடிச்சீங்களா?”

“குடிச்சேன் டாக்டர்.”

எண்ணெய் மாதிரி வயிறு முழுக்கத் தடவி ஒரு மெஷினை வச்சி ஆராய்ந்தார்.

“நீங்க அறுவை சிகிச்சை செஞ்சிட்டிங்களா?”

"செஞ்சிட்டேன் சார்."

"அப்போ நீங்க முழு திருநங்கைதான். பெண்ணுன்னுகூடச் சொல்லலாம். ஓகே நீங்க பெரிய டாக்டர போய்ப் பாருங்க"

எல்லா டெஸ்ட்டும் எடுக்கணும்னு சொன்ன பெரிய டாக்டரிடம் போனேன்.

"மேனகா, உங்களுக்கு ஒரு பிரச்சினையும் இல்லம்மா. உணவு அலர்ஜிதான். ரெண்டு நாள் மெடிசின் கொடுக்குறேன் சரியா போய்டும். உங்க ரிப்போர்ட் எல்லாமே நார்மல். நீங்க போகலாம்."

அப்பாடா எனக்கு இப்போதான் நிம்மதியா ஆச்சு! இனி அந்த பானிபூரி கடை பக்கம்கூடப் போக மாட்டேன்.

எனது ரிப்போர்ட்டைப் பார்த்தேன். கணையம், குடற்பகுதி, கல்லீரல், கருப்பை எல்லாம் நார்மல் என்று இருந்தது.

கருப்பையா? எனக்கா?

பிறக்கும்போது இல்லாத கர்ப்பப்பை ஸ்கேனில் எப்படித் தெரிந்திருக்கும்? எனக்கு அழுவதா, சிரிப்பதா எனத் தெரியவில்லை.

கதையல்ல நிஜம்

◆ மருத்துவர்கள், மருத்துவப் பணியாளர்களில் சிலர் திருநங்கைகளின் உடலமைப்பு குறித்துக் குறைவான புரிதலைக் கொண்டிருப்பதைத்தான் மேனகாவின் கதை விளக்குகிறது. பால் புதுமையர்களின் உடல் பாகங்கள் குறித்த புரிதல் இல்லையென்றால் அவர்களிடமே கேட்கலாம். இதில் கூச்சப்பட ஒன்றுமில்லை. திருநங்கைகள், திருநம்பிகளின் உடலமைப்பை அறிந்து பல மருத்துவர்கள் சிகிச்சை அளித்துவருகிறார்கள். பல தனியார் மருத்துவமனைகளும் திருநங்கைகளின் தொண்டு நிறுவனங்களுடன் இணைந்து இது குறித்த புரிதலைப் பெறுகின்றனர் என்பது வரவேற்கத்தக்கது.

◆ World Professional Association for Transgender Health (WPATH) நிறுவனம் மாறிய பாலின மக்களுக்கான ஒரு சர்வதேச நிறுவனமாகும். பால் புதுமையினரின் உடல் நலம் சார்ந்த பணிகளை இவர்கள் மேற்கொள்கின்றனர். இதில் உள்ள மருத்துவர்களில் மாறிய பாலினத்தவரும்

உண்டு. இவர்கள் மருத்துவர்களுக்கு மாறிய பாலினத்தவர்களுக்கான உடல்ரீதியான சிகிச்சை குறித்த தகவல்களை விளக்கிக் கையேடுகளை வெளியிட்டு உள்ளனர். இதில் இந்தியாவைச் சார்ந்த ஒரு மருத்துவரும் உறுப்பினராக உள்ளார். இது போன்ற வழிகாட்டுதல்கள் இந்தியாவிலும் வந்துவிட்டால் இந்தப் பிரச்சினைகள் விரைவில் தீர்ந்துவிடும்.

◆ தமிழகத்தில் திருநங்கை, திருநம்பி மக்களுக்கு மருத்துவ சிகிச்சைகள் அளிக்க சென்னை மற்றும் மதுரை அரசு மருத்துவமனைகளில் சிறப்பு வார்டுகள் செயல்பட்டுவருகின்றன. இவற்றில் ஹார்மோன் சிகிச்சைகள், அறுவை சிகிச்சைகள் மேற்கொள்ளப்படுகின்றன. இது இந்தியாவுக்கே முன்மாதிரியான நடைமுறை!

◆ தேசிய மருத்துவ ஆணையம், இந்தியாவில் மருத்துவர்கள் யாராவது பால் புதுமையர்களிடம், "இதை நான் சரி செய்துவிடுகிறேன். அதற்கான சிகிச்சை எங்களிடம் உண்டு" என்று கூறினால் அது குற்றம் என்று கூறுகிறது. உதாரணத்துக்கு ஒரு திருநங்கை மீது மின்சாரம் பாய்ச்சியோ தொடர் ஆலோசனை அல்லது மருந்து மாத்திரைகள் கொடுத்தோ ஆணாக மாற்றிக் காட்டுகிறேன் என்று ஒரு மருத்துவரோ மருத்துவமனையோ முன்வந்தால் அவர்களின் மருத்துவ உரிமத்தைக்கூட ரத்து செய்ய முடியும் எனத் தேசிய மருத்துவ ஆணையம் கூறியுள்ளது.

◆ தமிழகம் முழுவதும் உள்ள அரசு மருத்துவமனைகளில் பால்வினை நோய் பிரிவில் திருநங்கைகள் சிகிச்சைக்கு வந்தால் அவர்களை எவ்வாறு மனிதாபிமானத்துடன் அணுகவேண்டும் என்கிற பயிற்சியை தமிழ்நாடு எய்ட்ஸ் கட்டுப்பாட்டுச் சங்கம் அளித்துள்ளது.

08

வளர்ந்தால் சரியாகிவிடும் பிரச்சினையா இது?

இப்போல்லாம் எங்கப்பா நல்லா குடிக்கிறார். ஒருநாள் நல்ல போதையில, “நான் குடிக்கிறதுக்கு நீயும் ஒரு காரணம்டா”ன்னு என்னைய சொன்னாரு.

நான் ஏன் காரணம்? இவர் ஏதோ குடிச்சிட்டு உளறுறாருன்னு நெனைச்சிப்பேன். எங்க அண்ணனும் ஒருமுறை, “நீ ஒழுங்கா நடடா. ரோட்ல போகும்போது ஏன்டா குனிஞ்சிக்கிட்டே போறே?”ன்னு கேட்டான்

வேற எப்படி போறது? சுத்த அறிவு கெட்டவன். அக்காவைக் கேக்காம என்ன மட்டும் கேக்குறான்.

என்னைக்குதான் இவங்களுக்கு அறிவு வரப் போவுதோ.

எனக்கு எங்கம்மா கவலை அதிகமா இருக்கு. எங்கப்பா வீட்டுச் செலவுக்குப் பணம் கொடுக்குறது இல்லைன்னு எங்கம்மா ஒரு வீட்டுக்கு வேலைக்குப் போகுது.

அங்க கொடுக்குற மீந்த சாப்பாட்டை எங்களுக்குக் கொண்டு வந்து கொடுக்கும்.

“அம்மா நான் பாத்திரத்துக்கு சோப்பு நார் போடுறேன். நீ அந்தப்

பக்கம் உட்காா்ந்து விளக்குமா''ன்னு சொன்னா, ''வேணாம்பா. நீ போ வீட்டுக்கு''ன்னு அம்மா சொல்லும். நான் போக மாட்டேன்.

அந்த வீட்டுல நெறய வேலை வைப்பாங்க. பெருக்கணும், பாத்திரம் கழுவணும், வீடு மொத்தமும் தொடைக்கணும். அது மட்டுமில்ல. நான் கரி குடோனுக்குத் தினம் ரெண்டு குடம் தண்ணி ஊத்துவேன். தினம் 10 ரூபாய் கூலி. மாசம் 300 ரூபா கிடைக்கும். ஞாயிறு லீவு போக 260 ரூபாய்தான் தருவாங்க. அதை எங்கம்மாக்குத் தருவேன்.

கரி குடோன்ல தண்ணி ஊத்தும் போது அங்கே வேலை பாக்குற ஒருத்தன், ''என்ன தண்ணிய இடுப்புல தூக்கலையா?''ன்னு கேப்பான். என்னைப் பார்த்தாலே மீசையை முறுக்குவான். என்னைச் சில நேரம் கிண்டலா கூப்பிடுவான். சில நேரம் ரொம்ப அசிங்கமா கூப்பிடுவான். என்னைப் பார்த்ததும் அவன் கையை வித்தியாசமா தட்டிச் சிரிப்பான். நான் கண்டுக்க மாட்டேன். நான் எங்கம்மா கஷ்டத்துக்கு உதவியா காசுக்குத் தண்ணி ஊத்துறேன், இவன் கெடக்குறான்.

அவன் அடிக்கடி சொல்றானேன்னு ஒரு தடவை இடுப்புல தண்ணிய தூக்கினதுக்கு அந்தத் தெருவே சிரிச்சிச்சி. இந்த விஷயம் தெரிஞ்சி எங்க மாமனும் அண்ணனும் என்ன விளக்குமாத்து கட்டுல அடிச்சாங்க.

எனக்கு ஏழு சித்திங்க. எங்கம்மாகூடப் பிறந்தவங்க மூணு பேரு, எங்கம்மாவோட சித்தி பொண்ணுங்க நாலு பேரு. இது இல்லாம மாமாங்க மொத்தம் நாலு பேரு.

இன்னைக்குக் காலைலயே எழுந்துட்டேன். தலைக்கு குளிச்சிட்டு ஈரத்தோட நெத்தியில சந்தனமும் குங்குமமும் பூசி எங்க சித்தியோட பெருமாள் கோயிலுக்குக் கிளம்பிட்டேன். ஏகாதசி ஆச்சே. எல்லாரும் இன்னைக்குக் கண்ணு முழிக்கத் தயாராவாங்க. எனக்கு ரொம்ப சந்தோசமா இருக்கு. விடிய விடிய தாயக்கட்டை விளையாடலாம், பரமபதம் விளையாடலாம். ஒரு நாளும் பரமபதத்துல நான் தோத்தது இல்ல தெரியுமா.

நான் அந்தக் காலத்துலயே ராத்திரிலதான் கோலம் போடுவேன். எங்க வீட்டு ஆம்பளைங்க எல்லாம் தூங்கிட்டப்புறம் போடுவேன். கோலம் அழகா இருக்கேன்னு யாராவது கேட்டா எங்க சித்திங்க அவங்க போட்டதா சொல்லிடுவாங்க.

எங்க முத்து சித்திதான் எங்க வீட்ல பெரும்பாலும் சமைக்கும். அழகா அம்மிகிட்ட உக்காந்து தேங்கா துவையல் அரைக்கும் பாருங்க சும்மா அசத்தலா இருக்கும்.

"டேய் கொஞ்ச நேரம் அம்மிய பாருடா. உள்ள உலையைப் பார்த்துட்டு வரேன்."

சோறு வடிச்சிட்டு வந்த சித்தி என்னைப் பார்த்து விழுந்து விழுந்து சிரிக்குது.

"அக்கா இங்க வாயேன்."

ஓடி வந்த எங்கம்மாவும் என்னைய பார்த்து சிரிக்குது. எங்க பக்கத்து வீட்டு பத்மா அக்காவும் சிரிக்கிறாங்க. நான் என்ன சிரிப்பு காட்டினேன்னு இப்படிச் சிரிக்கிறாங்க? எங்க சித்தி மாதிரி ஒரு காலை மடக்கி ஒரு கால நீட்டி அம்மில தொவையல் அரைச்சது ஒரு தப்பா? இதுக்கு இவ்ளோ சிரிக்கணுமா?

ஆனா எங்கம்மா மட்டும், “ஏண்டி என் பையன் கொழந்தைடி. போகப் போக சரியாயிடும் போங்கடி”ன்னு சொல்லுச்சு.

கதையல்ல நிஜம்

- திருநங்கைகள் சிறுவயதில் ஆணுடையில் இருந்துகொண்டு பெண்களைப் போல நடந்துகொள்வது இயல்பு என்பதை நாம் புரிந்துகொள்ள வேண்டும். முடி வளர்த்து, புடவை கட்டி இருப்பவர்கள் மட்டுமே திருநங்கைகள்; இந்தச் சிறுவன் ஏன் இப்படி நடந்து கொள்கிறான் என வேறுபடுத்திப் பார்க்க வேண்டாம்.
- இந்தச் சிறுவன் திருநங்கையாக மாறுவதற்கான சாத்தியம் உண்டு என்கிற நோக்குடன் அவன் கல்வி கெடாமலோ, சுற்றத்தார் அக்குழந்தையைக் கேலி, கிண்டல் செய்துவிடாமலோ பாதுகாப்பது நமது சமூகப் பொறுப்பு. ஒருவேளை இந்தச் சிறுவன் 25 வயதாகியும் புடவை கட்டிக்கொள்ளாமல், முடி வளர்க்காமல் இருந்து அதே ஆணுடையில் பெண் போன்ற செயல்பாடுகளைச் செய்தால் உங்களுக்குக் குழப்பம் ஏற்படலாம்.
- திருநர் பாதுகாப்புச் சட்டம் 2020 கூறியுள்ளதன்படி ஒரு திருநங்கை தன்னை ஆண், பெண் அல்லது திருநங்கை என எப்படி வேண்டுமானாலும் கூறிக்கொள்ளலாம். திருநங்கை ஒருவர் தன்னைத் திருநங்கை என்று கூறினால் அவர் அறுவை சிகிச்சை செய்து இருக்க வேண்டும் என்றோ புடவை கட்டி இருக்க வேண்டும் என்றோ சட்டமில்லை. அவர்களின் இனத்தை அவர்கள் மட்டுமே முடிவு செய்ய முடியும்.சிறாராக இருந்தால் பெற்றோருக்கு அந்த முடிவெடுக்கும் அதிகாரமுண்டு.
- மேற்கூறிய கதையில் நடந்தபடி அவர்களைக் கிண்டல் செய்தால் அது உறுதிசெய்யப்பட்டால் குறைந்தது 6 மாதம் முதல் 2 வருடம் வரை சிறைத் தண்டனை உண்டு என்று சட்டம் சொல்கிறது.
- இக்கதையில் இன்னொன்றையும் நாம் புரிந்துகொள்ள வேண்டும். திருநர் மக்கள் சிறுவயது முதலே சிறு சிறு கலைகளில் மிகுந்த ஆர்வம் உள்ளவர்கள்.அதைப் பெற்றோர் புரிந்துகொண்டு இவர்களை மிகப்பெரிய சாதனைக் கலைஞராகக் கொண்டுவர முடியும்.இரவில் யாருக்கும் தெரியாமல் கோலம் போடும் அளவுக்கு அவர்கள் குற்றவாளிகள் அல்ல என்பதைப் பெற்றோரும் மற்றவர்களும் புரிந்துகொள்ள வேண்டும்.

09

தம்பி மாறினால் அக்காவும் மாறிவிடுவாரா?

"எல்லாரும் வந்தாச்சு. பெண்கள் எல்லாரும் என் மகளுக்கு நலங்கு வைக்க வாங்க" - மங்களா எல்லாரையும் அழைத்தாள்.

சரசுக்கு ரொம்ப சந்தோஷம். மங்களாவும் சரசுவும் ரொம்ப வருஷ தோழிகள். இவங்க ரெண்டு பேரும் நகமும் சதையும்னு தெருவுல எல்லாரும் சொல்லுவாங்க. இவங்க ரெண்டு பேருக்கும் ஒரே வருசத்துல கல்யாணம் ஆச்சு.

மங்களாவுக்கு இரண்டு பெண்கள். ரெண்டு பேருக்கும் கல்யாணம் பண்ணியாச்சு. அதுல முதல் பெண்ணுக்குத்தான் இன்னைக்கு சீமந்தம்.

சரசு முதல்ல நலங்கு வைக்கப் போனாள்.

"இரு சரசு, என்ன அவசரம்? மத்தவங்க வைக்கட்டும், நாம அப்புறம் வைக்கலாம்"னு மங்களா தடுத்தாள்.

அதுவும் சரிதானே. நாம என்ன வெளி ஆளா? வந்தவங்க முதல்ல நலங்கு வைக்கட்டும் என்று சரசு சமாதானம் ஆனாள்.

ஆனால், கடைசிவரை சரசுவை நலங்கு வைக்க விடல இந்த மங்களா.

"இதோ பாருடி சரசு. 21 பேரு நலங்கு வைக்கணும். அதான்

வந்தவங்களே சரியாயிடுச்சே விடு"ன்னு சரசுவை சமாதானம் பண்ணிட்டா. அவளும் சரின்னுட்டுச் சாப்பிட்டுப் போயிட்டா.

"அம்மா ஏன்மா சரசு ஆன்ட்டிய நலங்கு வைக்க விடல? உனக்கு அவங்க மேல என்ன கோபம்?"

"அடியே, அவ என் தோழிதான். நான் அவளை மதிக்கிறேன். ஆனா, அவ ரெண்டாவது பையன் ரவி, திருநங்கைனு உனக்குத் தெரியுமே. அப்போ சரசு எப்படிடி நலங்கு வைக்கறது? உனக்கு நல்ல குழந்தையா பொறக்கணும்னு எனக்கு ஆசை இருக்காதாடி?"

"அம்மா இதெல்லாம் என்ன மூடநம்பிக்கை?"

"நீ இப்படி சப்போர்ட் பண்றியே. அவ முதல் பொண்ணுக்கு ஏன் இன்னும் கல்யாணம் நடக்கலைனு உனக்குத் தெரியுமா?"

"ஏன்மா?"

"அந்த ரவியோட ஜீன்தானே இந்தப் பொண்ணுக்கு இருக்கும்னு வர்ற மாப்பிள்ளை வீட்டுக்காரங்க நெனைக்கிறாங்கடி."

"அதெப்படிமா இப்படியெல்லாம் யோசிக்கிறாங்க? ரவி பாவம்மா. என்கூட விளையாடினவன். அவனை இப்படிப் பேசுறது எனக்குக் கஷ்டமா இருக்கு."

"நாம என்னமா பண்றது?"

"நாம சொல்லணும்மா. அப்படி யோசிக்கிற மாப்பிள்ளை வீட்ல நாம பேசி புரிய வைக்கணும்."

"அடியே பைத்தியமா நீ? தெருவுல எல்லாரும் அமைதியா பார்த்துட்டுப் போகும்போது உனக்கு மட்டும் ஏன்டி இப்படித் தோணுது? நாமும் அமைதியாதான் இருக்கணும் புரிஞ்சிக்கோ. சரசு தலைவிதி, இது வந்து அவ வயத்துல பொறந்துடுச்சி. இது பொறக்காம இருந்துருக்கலாம்."

"அம்மா நான் படிச்ச காலேஜ்ல ஒரு திருநங்கை படிச்சா. அவ படிச்சி இன்னைக்கு நல்ல வேலையில சேர்ந்துட்டா. இப்போகூட என்கிட்ட அவ பேசுவா."

உடனே மங்களா குறுக்கிட்டாள். "ஏன்டி இந்த சாவகாசம் உனக்கு? அந்தத் திருநங்கையோட பேசுறது உன் வீட்டுக்காரனுக்குத் தெரிஞ்சா என்ன ஆவுறது?"

"அவருக்கும் தெரியும்மா. அவரு இதெல்லாம் பெரிசா நெனக்கல

அவரும் ரெண்டு தடவ அவகிட்ட பேசி இருக்கார், ஆனா உன்ன மாதிரிதான் எங்க மாமியாரும் இதையெல்லாம் புரிஞ்சிக்க மாட்டேங்கிறாங்க."

"நீ இப்படிச் சொல்றியேடி. சரசுவுக்கு இன்னொரு பிரச்சினை காத்திருக்கு" மங்களா புதிய பூகம்பத்திற்குத் தயாரானாள்

"என்னம்மா?"

"அவ குடியிருக்குற வீட்டு ஓனர் ரொம்ப கோபமா இருக்கிறார். சரசுவை வீட்டை காலி பண்ணச் சொல்லப்போறார் தெரியுமா உனக்கு?"

"எதுக்கு சரசு ஆன்ட்டிய போகச் சொல்லணும்? அவங்க 20 வருசமா அங்கேதான் குடியிருக்காங்க. சரியாதான் வாடகை கொடுக்குறாங்க. அப்புறம் என்னம்மா பிரச்சினை?"

"அது இல்லைடி பிரச்சினை. வாடகை எல்லாம் ஒழுங்காதான் கொடுக்குறா. ஆனா, தெருவுல ரவியைக் கிண்டல் பண்றது, அவனும் திருந்தி ஆம்பளையா வாழாம இருக்கறது அந்த வீட்டு ஓனருக்குப் பிடிக்கலையாம். அதனால வீட்டு ஓனர் வீட்டை காலி பண்ணச் சொல்லிட்டாரு."

வீட்டு ஓனர் சொன்ன மூணு மாசம் முடியப் போகுது. சரசுவுக்கு

இன்னும் வீடு கிடைக்கலை. "மம்மி நீங்க நெனைக்குற மாதிரி வீடு காலி இல்லாம இல்லை. எல்லாருமே நம்ம ரவிக்காக வீடு கொடுக்க யோசிக்கிறாங்க. என் பிரெண்டு முகேஷ் வீட்லகூட வீடு காலி இருக்கு. அவனே யோசிக்கிறான். இப்போ என்னம்மா பண்றது"ன்னு ரவியின் அண்ணன் ராஜு கேட்டான்.

சரசுவுக்கு மனம் கவலையானது. "இப்படியே போனா மத்த பிள்ளைங்க நிலைமை என்னவோ" என்று யோசித்தபடி அமர்ந்து விட்டாள் சரசு.

கதையல்ல நிஜம்

- ஒரு திருநங்கை ரோட்டில் காசு கேட்டு நிற்கும்போது பார்க்கும் எல்லாருக்கும் அவள் வேறு வேலைக்கு போகக் கூடாதா என்று தோன்றும். இது நியாயம்தான். ஆனால், அவள் சிறுவயதில் அவள் குடும்பத்துடன் இருப்பதற்கான பெரிய உதவியை யாரும் செய்யவில்லை.
- திருநர் பிறப்பு என்பது குரோமோசோம் அடிப்படையிலும் நிரூபிக்கப்படவில்லை. மரபணு மூலமாக மாற்றம் ஏற்படுகிறது என்பதும் உறுதி செய்யப்படவில்லை. ஒருவர் திருநராகப் பிறந்தால் அதனால் அவர்கள் குடும்பத்தில் உள்ள மற்றவர்களுக்கு அதேபோல் குழந்தை பிறக்கும் என்பது ஏற்றுக்கொள்ள முடியாதது.
- இன்றைய சமூகத்தில் நல்ல மாற்றம் குறிப்பாக இளைஞர்கள் மத்தியில் உருவாகியுள்ளது. திருநர் ஒருவர் தனது நண்பர் என்பதைப் பெருமையாகச் சொல்லும் அளவுக்குப் பலர் உள்ளனர். ஆனால், அருகில் வீடு அமர்த்துவதிலோ வேலைக்கு உடன் வைத்திருப்பதிலோ ஒரு தயக்கம் இருக்கிறது.
- தமிழகத்தில் இந்தச் சூழ்நிலையை அறிந்த தமிழக அரசு திருநங்கைகளுக்கு இலவச வீடுகளை வழங்கியுள்ளது. வீடு கிடைக்காத சூழலில்தான் திருநங்கைகள் பலர் குழுவாக வாழவேண்டிய நிர்ப்பந்தத்திற்கு ஆளாக வேண்டியுள்ளது.

10

காவல் பணியில் இட ஒதுக்கீடு வேண்டும்

நீங்கள் ஏன் காவல் பணியை விரும்பினீர்கள் மேடம்?

காவல்துறை என்பது மிடுக்கான சமூகப்பணி. நான் சிறுவயதில் ஆண் உடையில் இருந்தபோதே பெண் போலீஸ் ஆகவேண்டும் என விரும்பினேன். எங்க ஏரியாவில் அடிக்கடி சண்டை நடக்கும். அப்போதெல்லாம் நானா நீயான்னு நிப்பாங்க. ஐயோ என்ன ஆகப்போகுதோனு நான் நெனப்பேன். அப்போ ஒரு ஜீப் சத்தம் கேட்கும். ஒருத்தர்கூட அங்கே நிக்க மாட்டாங்க. ஓடிடுவாங்க.

அதிகாரத்தோடு ஒரு சமூகப்பணியை நாம மேற்கொள்ளணும்னா அது காவல் பணிதான்னு என் மனசுல ஆழமா பதிஞ்சி போச்சி. அது மட்டுமில்லாமல் என் சொந்தக்காரங்க நெறைய பேரு என்னைத் திருநங்கைன்னு பெருமையா நெனைக்க மாட்டாங்க. கோழைன்னு நெனப்பாங்க. அவங்க எதிர்ல ஒரு காவல் அதிகாரியா வலம்வரணும்னு நெனச்சேன்.

நீங்க காவல்துறைக்கு வந்தது கோர்ட் கொடுத்த சிறப்பு தீர்ப்பால்தானே?

ஆமாம். முதலில் நான் வேலைக்கு விண்ணப்பித்தபோது மூன்றாம்

பாலினத்துக்கு இடமே இல்லை. எந்தப் பாலினத்தில் குறிப்பிட வேண்டும் என்கிற குழப்பமே ரொம்ப நாளாக இருந்தது.

நீங்க பெண் மாதிரியே இருக்கீங்க. ஏன் திருநங்கைன்னு விண்ணப்பிக்கணும்? பெண் என்கிற பிரிவிலேயே விண்ணப்பிக்க வேண்டியதுதானே?

அப்படிச் செய்ய முடியாது சார். காரணம், எனது ஆதார் திருநங்கைன்னு இருந்தது. சப்போர்ட்டிங் டாகுமென்ட்ஸ் எல்லாம் திருநங்கைன்னுதான் இருந்தது. அதனால, நான் திருநங்கைன்னு சொன்னேன். அங்கேதான், எனக்குப் பிரச்சினையே தொடங்குச்சு."

எல்லா சான்றிதழ்களிலும் பெண் என்று மாத்திட வேண்டியதுதானே?

அப்படி நெனச்சவுடன் பாலினத்தை மாற்றிவிட முடியாது. திருநங்கை, பெண் அல்லது ஆண் என எப்படி வேண்டுமானாலும் என்னைக் கூறிக்கொள்ளலாம் என இந்தியத் திருநர் பாதுகாப்புச் சட்டம் சொல்கிறது. ஆனால், 'திருநங்கை' என அடையாள அட்டைகள் கிடைப்பது தமிழகத்தில் சுலபம்.

பெண் என்று எனக்கான அடையாள அட்டை பெற நான் வழக்கறிஞர் மூலமாக அபிடவிட், மருத்துவர் அல்லது ஆலோசகர் மூலமாக 'நான் பெண்ணாக உணர்கிறேன்' என்கிற சான்றிதழும் பெற்று, தேசியத் திருநர் அடையாள அட்டையைப் பெறவேண்டும். அந்தத் தேசிய அடையாள அட்டையை வைத்து மற்ற அடையாள அட்டைகளான ஆதார் போன்றவற்றை மாற்றவேண்டும். தேவை ஏற்பட்டால் மாவட்ட ஆட்சியரைச் சந்தித்து உதவிகோர வேண்டும். மேலும், நான் என்னைப் பெண் என்றும் பெண் பெயரையும் அரசிதழில் மாற்றி வெளியிட வேண்டும். இவை அனைத்தையும் நான் செய்தேன்.

உங்களுக்குக் காவல்துறை உதவவில்லையா?

காவல்துறையில் திருநங்கைகள் இணைவது புதிய நிகழ்வு என்பதால் இது குறித்த புரிதல் காவல்துறையினருக்குக் குறைவு. எனக்கு உதவணும்னு அவர்களுக்கு மனது இருந்தாலும் அவர்களால் உதவ முடியவில்லை. தமிழ்நாடு சீருடைப் பணியாளர் தேர்வாணையம் கூறியிருக்கிற வரையறைக்குள் எனது பாலினம் இல்லை என்பதால் யாரும் எனக்கு உதவ முடியவில்லை.

காவல் பணியில் சேர திருநங்கை என்பதைத் தடையாகக் கருதக் கூடாது என்று கோர்ட் சொன்னபோது நீங்கள் எப்படி உணர்ந்தீர்கள்?

சந்தோஷமாக இருந்தது. இவ்வளவு பிரச்சினைகளையும் நீதியரசர் புரிந்துகொண்டு எனது ஒரு வயதைத் தள்ளுபடி செய்யச்சொன்னது எனக்கு எல்லையற்ற சந்தோஷத்தைக் கொடுத்தது. எங்கள் ஊரில் உள்ளவர்கள் முன்னிலையில் நான் போலீஸ் உடையில் வரப்போகிறேன் என நினைத்துப் பெருமைப்பட்டேன். இந்த நாட்டில் சட்டம் ஒழுங்கைக் காக்கும் பொறுப்பை நான் சிறப்பாகச் செய்திட உறுதி எடுத்துக் கொண்டேன்.

காவல் பணியாளர் தேர்வாணையத்தில் திருநர் சமூகத்துக்கென ஒரு பிரிவு இருந்தால் அதன் அடிப்படையில் நான் வெற்றியோ தோல்வியோ பெற்றிருப்பேன். பாலினம், சாதி அடிப்படையில் ஒதுக்கீடு இருக்கும்போது எனக்கு எதன் அடிப்படையிலும் அவர்கள் வாய்ப்பு அளிக்கவில்லை என்பதே உண்மை.

கதையல்ல நிஜம்

- ‘இவர்கள் இதற்கானவர்கள் அல்ல’ என யாரும் யாரையும் கூறிவிட முடியாது. மன்னர்கள் காலத்தில் இருந்தே திருநங்கைகள் பாதுகாவலர்களாக இருந்துள்ளார்கள். குறிப்பாக, சோழர்களின் அரண்மனையில் திருநங்கைகள் இருந்துள்ளனர்.
- இந்தியக் கடற்படையில் பணிபுரிந்த ஒருவர் திருநங்கையாக மாறியவுடன் அவரை அந்தப் பொறுப்பில் இருந்து நீக்கிவிட்டனர். இதை எதிர்த்து அவர் உச்ச நீதிமன்றத்தை அணுகியுள்ளார். பாலினத்தையும் நாம் செய்யும் பணியையும் தொடர்புபடுத்துவது நியாயமல்ல.
- இந்தக் கதையில் வரும் திருநங்கை எவ்வளவு போராட்டத்துக்குப் பின் காவல்துறையில் சேர்ந்துள்ளார் என்பது பெருமிதம் தருகிற அதேநேரம், இப்படிப் போராட முடியாமல் எத்தனை திருநர் வெளியேறி இருக்கின்றனர் என்பதை என்னும்போது மனம் கனக்கிறது.
- இட ஒதுக்கீடு ஒன்றே இதற்கு மிகப்பெரிய தீர்வு. காவல்துறையில் சாதி, பாலின ரீதியாக எவ்வாறு ஒதுக்கீடு இருக்கிறதோ அதேபோல் திருநர் மக்களுக்கும் தனிக் கொள்கையை அரசு கொண்டுவருவது காலத்தின் அவசியம்.
- திருநங்கை ஒருவர் காவல்துறையில் கால்பதித்தது தமிழகத்தில்தான் என்பது இந்தியாவுக்கே பெருமையான செய்தி. இன்று திருநங்கைகள் பலர் தமிழகக் காவல்துறையில் பணியாற்ற முன்வந்திருப்பதும் சிறப்பு.
- தமிழகத்தில் காவல்துறையைச் சேர்ந்த அதிகாரிகள் பலர் திருநங்கைகளுக்கு உதவிக்கரம் நீட்டுகின்றனர். குறிப்பாகத் திருநங்கைகள் சுயதொழில் தொடங்க அவர்களுக்குத் தேவையான கருவிகளை வாங்கித் தந்து ஊக்கப்படுத்தியுள்ளனர். அவர்களை யாரேனும் துன்புறுத்தினால் உடனடியாக அதில் தலையிட்டுப் பிரச்சினையைத் தீர்க்கின்றனர்.
- கரோனா பிடியில் நாம் சிக்குண்ட காலத்தில் தற்போது போக்குவரத்து கூடுதல் ஆணையாளராக இருக்கும் சுதாகர் தலைமையில் சென்னையில் உள்ள திருநங்கைகளுக்குப் பல்வேறு உதவிகள் கிடைத்தது குறிப்பிடத்தக்கது.

11

தாய்மை என்பது அனைவருக்கும் பொது

"மகா அக்கா, நீங்கதான் என் குழந்தைக்குப் பேர் வைக்கணும். இந்தக் குழந்தைக்கு நீங்கதான் தாய். நீங்க போட்ட சோத்துலதான் நானும் வளர்ந்தேன், என் வயித்துல இருக்குற குழந்தையும் வளருது."

"அடி பைத்தியம், நீ என் வீட்டுல குடி இருக்குற பொண்ணு. உன்னை நல்லா பார்க்கறதால எப்படி நான் தாயாக முடியும்? முதல்ல நல்லபடியா குழந்தையைப் பெத்துக்கோடி."

"உன் புருஷன் எப்போ வரான் அனுஷா?"

"அவரு இந்த மாசம் வராருக்கா."

"அவன் வந்தவுடனே உக்காந்து பேசி நல்ல நாளு பாத்து கல்யாணத்தைப் பண்ணிக்கோடி. இந்த நிலைமையில் விமரிசையா கல்யாணம் பண்ணிக்க வேண்டாம் புரிஞ்சுதா?"

அனுஷா வெட்கத்தோடு சரி என்றாள்.

இந்த வீட்டுக்கு அவள் அம்மாவோடு குடிவரும்போது அனுஷாவுக்கு 16 வயது. இப்போ அனுஷா 19 வயதுப் பெண். ஒரு அண்ணன் மட்டும்தான், அப்பா கிடையாது. வட மாநில ஆளுங்களுக்கு வாடகைக்கு

விடாதேன்னு என் அக்கம்பக்கத்தினர் என்னைத் தடுத்தாங்க. நான் கேட்கலை. இது என் சொந்த வீடு, நான் யாரை அனுமதி கேட்கணும்?

அது மட்டும் இல்லீங்க, நான் திருநங்கையா மாறிட்டேன்னு இந்த ஊர்ல என்னை அவமானப்படுத்தி படிக்க விடாம 20 வருசத்துக்கு முன்னாடி வீட்டை விட்டு வெளியே அனுப்பும்போது, என்னை பாம்பேல வாழ வச்சது வடமாநிலத்துக்காரங்கதானே. பாம்பேல கொழந்த பொறந்தாலும் கல்யாணம் நடந்தாலும் ஆசிர்வாதம் பண்ணப் போவேன். அதுல கெடச்ச பணத்துலதானே இந்த வீட்டையே வாங்கினேன்.

எத்தனை திருநங்கைகள் எந்தெந்த ஊரிலோ பிறந்து ஒதுக்கப்பட்டு பாம்பேல வாழுறாங்க தெரியுமா? நான் பாம்பேல வாழ்ந்ததால எனக்குத் தமிழ் தவிர தெலுங்கு, இந்தி, கன்னடம்னு மொத்தம் நாலு மொழி தெரியும். வட மாநிலம், தென் மாநிலம் அந்த சாதி, இந்த மதம்னு நாங்க (திருநங்கைகள்) பார்க்க மாட்டோம். இதெல்லாம் இல்லாதது மனித குலத்துக்கு எவ்ளோ பெருமை தெரியுமா?

ஆனா, இதெல்லாம் பார்க்காம வாழுற எங்களை மனிதனாவே நெறைய பேரு நெனைக்கறது இல்ல. பல குடும்பங்களில் இருந்து இனரீதியாகக் காயப்பட்டு ஒன்று சேர்ந்த எங்களுக்கு யாரையுமே பிரிச்சிப் பார்க்கத் தோணலீங்க.

சுதா / **திருநம்பியும் திருநங்கையும்**

இப்போ என் வீட்டுல என்னோட ரெண்டு தம்பிகளும் ஒரு தங்கையும் என் எல்லாச் சொந்தங்களும் என்னை நல்லா புரிஞ்சிக்கிட்டாங்க. எனக்கு எல்லாவிதத்திலும் உதவியா இருக்காங்க.

"அக்கா அவரு நம்பருக்கு ஒரு போன் போடுங்களேன். ரெண்டு நாளா நான் பேசவே முடியல. தொடர்பு எல்லைக்கு வெளில இருக்காருனே போன்ல சொல்லுது."

நானும் கபீர் நம்பருக்கு போன் போட்டேன். முதல் ரிங் போச்சி. உடனே கட் ஆயிடுச்சி.

"எனக்கும் தொடர்பு எல்லைக்கு வெளில இருக்கான்னுதான் சொல்றாங்க அனுஷா. சரி லைன்ல வருவான் விடு" என்று அனுஷாவைச் சமாதானப்படுத்தினேன்.

ஆனால், நான் சமாதானம் ஆகவில்லை. ஏதோ தவறு நடப்பதுபோல் என் மனம் குழம்புகிறது. ஒரு ரிங் போய் ஏன் போன் கட் ஆனது? அனுஷா

நம்பரையும் என் நம்பரையும் 'பிளாக்'கில் போட்டிருக்கிறான் இந்த கபீர் என்கிற சந்தேகம் வந்தது எனக்கு. அவன் அனுஷாவுக்குத் துரோகம் செஞ்சிட்டான்னு நான் உறுதி பண்ணேன். பெண்கள் விஷயத்தில் சில ஆண்கள் இப்படித் துரோகம் செய்வது என்ன நியாயம்?

"மகாம்மா, நான் இப்போ என்ன பண்றதுன்னு தெரியலை. என் பொண்ணு ஏமாந்துட்டா. அந்த கபீர் நல்லவன் மாதிரி வந்து என் மகளுக்குக் குழந்தையையும் கொடுத்துட்டு இப்படி ஓடிப்போய்ட்டானே"ன்னு அனுஷா அம்மா அழுதாங்க. போலீஸில் புகார் அளிக்கலாம் என்றால் மறுத்துவிட்டார்கள்.

"அக்கா அதெல்லாம் வேண்டாம். விருப்பம் இல்லாமல் ஓடிப் போனவனோட வாழ எனக்கு விருப்பமில்லை. நான் தனியாவே வாழ்ந்துடுறேன். என் குழந்தையை மட்டும் நீங்க வளர்த்துக்கோங்க" ன்னு அனுஷா சொன்னா.

"மகாம்மா, நீங்க எங்களுக்கு எவ்வளவோ உதவி பண்ணீங்க. குழந்தை பிறக்குற வரை உதவி செய்யுங்க. அப்புறம் அனுஷா சொன்ன மாதிரி அந்தக் குழந்தையை நீங்க வளர்த்துக்கோங்க. நாங்க எங்க சொந்த ஊருக்கே போயிடறோம். நாங்க குழந்தையைப் பார்க்கக்கூட மாட்டோம். அனுஷாவுக்கு நான் ஒரு கல்யாணத்தைப் பண்ணி வச்சிடுறேன்."

எனக்குக் குழப்பமா இருந்துச்சி. ஆனாலும் இந்தச் சின்ன வயசுல அனுஷா துணை இல்லாம இருப்பாளே, அவளுக்குக் கல்யாணம் ஆவறது நல்லதுன்னு நானும் குழந்தையை வளர்க்க ஒப்புக்கிட்டேன். அனுஷா விரும்பினா குழந்தையை எப்போ வேணும்னாலும் வந்து பார்க்கட்டும்னு சொல்லி அவங்களை ஊருக்கு அனுப்பி வச்சேன். குழந்தை பிறந்து ஆறு மாசம் ஆகுது. அனுஷாவுக்கு அடுத்த மாசம் கல்யாணம்.

என்னை விசாரித்த பெண் காவல் அதிகாரியிடம் இதையெல்லாம் நான் சொன்னேன். மொத்தத்தையும் பொறுமையாகக் கேட்டவங்க, "உங்களுக்குக் குழந்தையை எடுத்து வளர்க்க உரிமை இல்லை. இதை அரசு குழந்தைகள் பாதுகாப்பு மையம் விசாரித்து முடிவு செய்யும்"னு சொன்னாங்க.

"நான் தத்து எடுத்தது தப்பா மேடம்?"

"நீங்க எப்படி ஒரு குழந்தையை வளர்க்க முடியும்? உங்களுக்கு யாரும் உதவிக்கு இல்லை. நீங்களே யாசகம் கேட்டு சாப்புடுறீங்க. நீங்க

என்ன வேலை செஞ்சு அந்தக் குழந்தையைக் காப்பாத்துவீங்க? சட்டம் உங்களுக்குத் தத்து எடுக்கும் உரிமையை வழங்கலை.''

''யாசகம் கேட்கறதுக்காகக் குழந்தை பெத்துக்கறவங்க உண்டு. ஆனா, நான் இந்தக் குழந்தையைப் படிக்க வச்சி நல்ல ஆளா உருவாக்குவேன். அனுஷா பாவம். அவளால இந்தக் குழந்தையைப் பத்தி வெளியில் சொல்ல முடியாத நிலை. ஆனா நீங்க கூப்பிட்டுக் கேட்டா சொல்லுவா.''

நான் எவ்வளவோ எடுத்துச் சொல்லியும் காவல் அதிகாரி குழந்தையை என்னிடம் கொடுக்க மறுத்துவிட்டார். எனக்கு என்ன செய்வதென்றே தெரியவில்லை.

கதையல்ல நிஜம்

- குழந்தையைத் தத்தெடுக்கும் உரிமை திருநர் மக்களுக்குக் கிடையாது. இதற்காகச் சில வழக்குகள் நீதிமன்றங்களில் உண்டு. single parent எனப்படும் தனித்து வாழும் நபர்களுக்குத் தத்தெடுக்கும் உரிமை எப்படி இருக்கிறதோ அதன் அடிப்படையில் திருநங்கைகளுக்குக் குழந்தையைத் தத்தெடுக்கும் உரிமையைக் கொடுக்கலாம்.
- இந்தக் கதையில் வரும் திருநங்கை மகாவுக்கு அவருடைய குடும்பம் ஒத்துழைப்பது, மகாவின் வருமானம், அவருக்குப் பிறகு அந்த குழந்தைக்கு உண்டான பாதுகாப்பு போன்றவை நன்றாக இருக்கும்போது அவரைப் போன்ற திருநங்கைகளை மனதில்கொண்டு மத்தியப் பெண்கள் - குழந்தைகள் மேம்பாட்டு அமைச்சகம், CARA (Central Adoption Resources Authority) போன்றவை திருநங்கை மக்களுக்குத் தத்தெடுக்கும் உரிமையைக் கொண்டுவரலாம்.
- இக்கதையின் மூலம் திருநங்கைகளின் பொதுச் சிந்தனை, உதவும் குணம் ஆகியவற்றை நாம் அறிய முடிகிறது. பல திருநங்கைகள் தங்களின் உடன் பிறந்தோரின் குழந்தைகளை வளர்த்து நன்கு படிக்க வைத்துள்ளனர். அவ்வாறு திருநங்கைகளின் அரவணைப்பில் வளர்ந்த பெண் குழந்தைகள் நல்ல இடங்களில் திருமணம் முடித்துச் சிறப்பாகவும் வாழ்கின்றனர்.
- பிறந்த குழந்தைகளை ஆசிர்வாதம் செய்வது மட்டுமல்லாமல் அந்தக் குழந்தையைச் சட்டப்படி வளர்த்து சிறந்த தாயாக உருவாகும் வாய்ப்பைப் பல திருநங்கைகள் எதிர்பார்க்கின்றனர்.

12

எங்களுக்காக யார் பேசுவார்?

இன்னைக்கு எங்களோட மாதாந்திரக் கூட்டம். நிர்வாகிகள் எல்லாம் வந்தாச்சு.

'இந்த அறக்கட்டளை முழுக்க திருநங்கைகளின் வளர்ச்சிக்காக நடைபெறுகிறது என்பது உங்களுக்குத் தெரியும். நீங்கள் ஒவ்வொருவரும் ஒவ்வொரு ஏரியா பொறுப்பாளர்கள். எனவே, உங்கள் பொறுப்பை உணர்ந்து பணி செய்யுங்கள். பல வருடங்களாக இந்த அமைப்பு திருநங்கைகளின் நலனுக்காகச் செயல்படுகிறது. இதை உருவாக்கி, கஷ்டப்பட்டு இந்த நல்ல நிலைக்கு வந்துள்ளோம்' என்று தலைவர் உரையை முடித்தார்.

செயலாளர் பேசும்போது, 'பாரபட்சம் இல்லாமல் நமது திட்டங்களை மக்களுக்குக் கொண்டு செல்லுங்கள். நீங்களும் திருநங்கைகள். நீங்கள் ஜமாத்தில் ஒரு வீட்டில் பெண்ணாக, மருமகளாக இருக்கலாம். அதற்காக ஒரு வீடு சார்ந்தே பணிகள் இருந்துவிடக் கூடாது. அனைவருக்கும் உங்கள் சேவை சென்றடைய வேண்டும். பொதுப்பணியைப் பொதுவாகப் பார்க்கவேண்டும்' என்று அனைவருக்கும் அறிவுரை கூறினார்.

தொடர்ந்து மற்ற ஐந்து நிர்வாகிகளும் பேசி முடித்தனர். திட்ட

ஒருங்கிணைப்பாளர் எங்கள் அமைப்பு செயல்படுத்தும் திட்டங்களின் போக்கை மிகத் தெளிவாக விவரித்தார். நோய்த் தடுப்புப் பணிகளில் இந்த மாதம் எத்தனை பேர் பயனடைந்தார்கள், தமிழ்நாடு எய்ட்ஸ் கட்டுப்பாட்டுச் சங்கத்தின் மூலமாக எடுத்த நல்ல முயற்சிகள் என்னென்ன என்பதையும் விளக்கினார். சமூக நலத் திட்டங்களை எவ்வளவு பேர் இந்த மாதம் எடுத்துக் கொண்டனர் என்பதையும் ஒருங்கிணைப்பாளர் மேக்னா தெளிவாக விளக்கினார். தலைவர் அம்மா மேக்னாவைப் பாராட்டினார்.

எங்கள் அறக்கட்டளையின் பொருளாளர் மயூரி அம்மா மிகவும் பொறுமையானவர். மாதக் கூட்டங்களில் மட்டுமே நிதிநிலை குறித்து அவர் பேசுவார். இந்த மாதம் நோய்த் தடுப்புப் பணி, சமூக நலத் திட்டங்களைப் பெற்றுத்தருதல் என இரண்டு திட்டங்களுக்கும் செய்த செலவு, அவற்றுக்கான ரசீது ஆகியவற்றைப் பொருளாளரிடம் ஒப்படைத்தார் கணக்காளர் நிர்மலா. சில பில் கைக்கு வராததால் அவர்களுக்குப் பணம் தராமல் நிறுத்திவைத்திருப்பதாகக் கூறினார்.

‘நாம் பல வருடங்களாக இந்த அமைப்பை நடத்திவருகிறோம். FCRA பெற்று வெளிநாட்டு நிதி உதவியை அமைப்புக்குப் பெற்றுத்தர முன்வர வேண்டும். அதை விடுத்து நாம் பின்தங்கி இருக்கக் கூடாது’ என ஒட்டுமொத்த நிர்வாகிகள் கேட்டுக்கொண்டனர்.

இந்த மாதம் நம் நோய்த் தடுப்புப் பணிக்கான ஆய்வுக் கூட்டத்திற்கு மூன்று பேரை டெல்லிக்கு அழைத்துள்ளதாக ஒருங்கிணைப்பாளர் கூறினார். நிர்வாகிகளில் அடிப்படை உறுப்பினரில் இருந்து மாலா, ஒருங்கிணைப்பாளர் மேக்னா, பயனாளிகளில் ஒருவராக ஒரு திருநங்கை என மூன்று பேருக்குப் போக வர விமான டிக்கெட் போட்டுவிடும்படி தலைவர் கூறினார்.

“நம்மளோட மூன்று கிளை அலுவலகத்தின் நிர்வாகிகள் வந்திருக்கீங்க அங்கே நம்ம திட்டங்கள் எப்படிப் போகுது?” எனத் தலைவர் கேட்டதும், எந்தப் பிரச்சினையும் இல்லை எனவும் திட்டங்கள் நல்ல முன்னேற்றம் அடைந்துள்ளதாகவும் அவர்கள் கூறியது நிர்வாகிகளுக்கு மிகுந்த சந்தோஷத்தைக் கொடுத்தது.

அரசு நலத் திட்டங்களைச் செய்துவரும் பணியாளர்களிடம் அதில் மக்கள் பயனடைந்த விவரங்களைக் கேட்டனர். இந்த அறக்கட்டளையில் அரசுத் திட்டங்களைப் பெற்றுத்தரும் பொறுப்பில் எட்டுப் பணியாளர்கள் உள்ளனர். இவர்கள் தமிழக அரசின் திட்டங்களை அனைத்துத் திருநங்கைகளுக்கும் பெற்றுத் தருகின்றனர்.

‘நமது அரசு பல நன்மைகளை நம் மக்களுக்குச் செய்து வருகிறது. எனவே அரசுக்கு நாம் கடமைப்பட்டு இருக்கிறோம்’ என்று தலைவர் கூறும்போது இடைமறித்த அர்ச்சனா, தான் விண்ணப்பித்த மறுநாளே தனக்கு ரேஷன் அட்டை கிடைக்காதது குறித்துக் கோபத்துடன் பேசினார். “நாங்க திருநங்கைனுதானே இவ்ளோ லேட் பண்றீங்கன்னு சம்பந்தப்பட்ட அதிகாரியை அவங்க அலுவலகத்துல வச்சே சத்தம் போட்டேன். அதுக்கு அப்புறம் பயந்துபோய் மறுநாளே கார்டு கொடுத்துட்டாரு” என்று அர்ச்சனா சொன்னதும் எல்லா நிர்வாகிகளும் அதற்கு எதிர்ப்புத் தெரிவித்தனர். ‘நம்ம மாநிலத்துல திருநங்கைகள் மட்டும் வசிக்கலை; பல கோடிப் பேரு வாழறாங்க. அந்த வரிசைப்படி நமக்குக் கிடைக்காது. இன்னும் சொல்லப்போனால் நமக்குப் பல இடங்களில் முன்னுரிமையுண்டு. முதல் நாள் அப்ளை பண்ணிட்டு மறுநாளே ரேஷன் அட்டையை எதிர்பார்க்குறது அபத்தம்” என்று சொன்ன நிர்வாகிகள், அதிகாரிகளிடம் கோபமாகப் பேசிய அர்ச்சனாவை 15 நாள்கள் சஸ்பெண்ட் செய்வதாகக் கூறியது யாரும் எதிர்பாராத ஒன்று.

கதையல்ல நிஜம்

- இந்தியா முழுவதும் திருநங்கைகள் தொண்டு நிறுவனம் நடத்திவருகின்றனர். அதை Non Govermental Organisation என்கிற பொருளில் அறக்கட்டளை அல்லது சங்கமாகப் பதிவுசெய்வர். அதில் நிர்வாகிகளாகப் பெரும்பாலும் திருநங்கைகளே இருப்பார்கள்.
- தேசிய அளவிலும் உலக அளவிலும் நிதியுதவி பெற்றுத் திருநங்கை மக்களுக்குப் பணிகளை இவர்கள் செய்துவருகின்றனர். தங்களுக்கான தேவைகளை அமைப்புகளின் நிர்வாகிகள் மாநில, மத்திய அரசிடம் தொடர்ந்து பேசி பல்வேறு திட்டங்களைத் திருநங்கை மக்களுக்குப் பெற்றுத்தருகின்றனர்.
- தங்களின் கூட்டங்களுக்கும் விழாக்களுக்கும் சட்டமன்ற – நாடாளுமன்ற உறுப்பினர்கள், அமைச்சர்கள் ஆகியோரை அழைத்துப் பேசவைக்கின்றனர். அரசு அதிகாரிகளும் அமைப்பு நடத்தக்கூடியவர்களிடம் நல்லவிதமாக நடந்துகொள்வர்.
- தமிழகத்தில் திருநங்கைகளின் அமைப்புகள் அதிகமாகத் தொடர்பில் இருப்பது சமூக நலத்துறை மற்றும் மாவட்ட ஆட்சியர் அலுவலகம் ஆகும். ஆட்சியர் அலுவலகத்தில் மாவட்ட சமூக நல அலுவலர் ஒருவர் இருப்பார். அவர் மூலமாக அரசின் திட்டங்களைத் திருநங்கைகளுக்கு இவர்கள் வாங்கித் தருகின்றனர்.
- மத்திய அரசின் சமூக நீதி மற்றும் அதிகாரமளித்தல் துறையின் கீழ் திருநங்கைகளுக்கான திட்டங்கள் வகுக்கப்பட்டுள்ளன. இந்த அமைச்சகத்தோடும் இந்திய அளவில் திருநங்கை அமைப்புகள் தொடர்பில் உள்ளன.
- திருநங்கை அமைப்புகள் மூலம் திருநங்கைகளின் பல்வேறு பிரச்சினைகள் தீர்த்துவைக்கப்படுகின்றன.
- மாநில அளவிலும் தேசிய அளவிலும் திருநர் கூட்டமைப்புகள் உள்ளன. திருநர் பாதுகாப்புச் சட்டம் போன்றவற்றில் தேவையான மாற்றங்களைக் கொண்டுவர தேசிய அளவில் திருநர் அமைப்புகள் ஒன்றுதிரண்டு போராட்டங்கள் நடத்தியதும் உண்டு.
- தமிழக அரசின் சமூக நலன் மற்றும் மகளிர் உரிமைத்துறை, திருநங்கைகளின் நலனில் முக்கியப் பங்காற்றுகிறது. பல்வேறு மாவட்ட திருநங்கைகளை நன்கறிந்து அவர்களின் தேவைகளை உடனுக்குடன் அரசின் கவனத்துக்குக் கொண்டு செல்கிறது இந்தத் துறை.

13

பால்மாற்று அறுவைசிகிச்சையின் முன்னோடி

ஆகாய வாணி அறிய
பூமா தேவி அறிய
முப்பத்து முக்கோடி தேவர்கள் அறிய
காமாட்சி விளக்கு அறிய
இங்குள்ள மூத்த திருநங்கைகள் அறிய
நான் இவர்களுக்கு மகளாகச் செல்லச் சம்மதிக்கிறேன்

- ஜமாத்தில் மூத்த திருநங்கை சொல்லச் சொல்ல உறுதிமொழியைப் புதிய திருநங்கையும் ஏற்றாள்.

"சரி, இந்தப் பிஞ்சு திருநங்கைக்கு என்ன பேரு வைக்கப்போறீங்க?"

மூத்த திருநங்கை எல்லாரையும் கேட்டாள்.

"குரு, நீங்களே வைங்க."

"உன் சொந்த பேரு என்னடி?"

அவள் கூறிய பெயரைக் கேட்டு அவளுக்கு 'கலா' என அந்த மூத்த திருநங்கை பெயர் வைத்தாள். எல்லாரும் 'கலா' என்கிற பெயரை உச்சரித்துச் சந்தோஷப்பட்டனர்.

"இங்க பாரு கலா. இவளை அம்மான்னு சொல்லலாம், இல்லைனா குருன்னும் சொல்லலாம் சரியா. ஆனா, அவ பேச்சை மீறிப் பேசுறதோ அவளை அவமதிக்கிறதோ கூடாது. அப்படி மீறி அவளுக்குக் கெட்டப்பெயர் வாங்கிக் கொடுத்தா உனக்கு ஜமாத்துல தண்டு (அபராதம்) விழும்.

நீ உங்க பெத்தவங்க வீட்டுக்குப் போகலாம், வரலாம். அங்கேயேகூட இருக்கலாம். அது உன் இஷ்டம். ஆனா எங்ககூட இருந்தா எங்க பெரியவங்களுக்குக் கட்டுப்பட்டு ஒழுங்கா இருக்கணும் சரியா?

தெருவுல இருக்குற ஆம்பளப் பசங்ககிட்ட கொஞ்சறது, அரைகுறை ஆடையோடு ரோட்டுக்குப் போறதுனு இருக்கக் கூடாது சரியா கலா?"

கலா அங்குள்ள மூத்த திருநங்கைகளைப் பார்த்து, "சரி" என்று பவ்யமாகச் சொன்னாள்.

"என் மகளுக்கு நான் இரண்டு புடவை கொடுக்குறேன். ஜமாத்ல

வாங்கிக்கங்க.'' கலாவின் குரு ரேகாம்மா புடவையை அவரின் குருவான மேகலாம்மாவிடம் கொடுத்து கலாவிடம் ஒப்படைத்தாள்.

ஜமாத்திற்கு வந்திருந்த எல்லாருக்கும் டீ வாங்கிக் கொடுத்து வழியனுப்பினாள் ரேகாம்மாள்.

கலா, தான் முழுதாகப் பெண்ணாக மாற எவ்வளவு செலவாகும் என்று ரேகாம்மாவிடம் கேட்டாள். ரேகாம்மா சிரித்தபடி அவளை உட்காரவைத்துப் பேச ஆரம்பித்தாள்.

“கலா முதல்ல உன் முகத்துக்குச் சிகிச்சை அளிக்கணும். லேசர் சிகிச்சை செஞ்சி முகத்துல இருக்குற கொஞ்ச நஞ்ச முடிய அகற்றணும்.''

“அது தானாவே போகாதா குரு?''

“அடி செல்லம். முகத்திலும் உடம்பிலும் மாற்றம் தானா வராது. இதுக்கு இருபத்தி அஞ்சாயிரம் ரூபாய் ஆகும்.''

“அந்தக் காலத்துல நாங்கல்லாம் எதுவுமே தெரியாம வசதி வாய்ப்பும் இல்லாம ரொம்ப கஷ்டப்பட்டோம். காலம் மாற மாற உங்களுக்கு நிறைய தொழில்நுட்பம் வந்துடுச்சி கண்ணு. அன்னைக்கு எங்களுக்குப் பாதுகாப்பும் இல்லை. இப்போ மாதிரி திருநர் பாதுகாப்புச் சட்டம், நல வாரியம் எல்லாம் அப்போ இல்லாததால நாங்க ரொம்ப அவதிப்பட்டோம்மா. அதனாலதான் நம்மள மாதிரி பொறந்தவங்க அவங்க பிறந்த ஊருல இல்லாம வேற ஊருக்குப் போய் பிழைச்சாங்க.

காலம் மாற மாற எல்லாம் சரியாகுது. இப்போல்லாம் தமிழ்நாட்டுத் திருநங்கைகள் வேற மாநிலத்துக்குப் போறதில்லை. வேற ஊர் திருநங்கைகள்தான் இங்க வராங்க. சரி, விஷயத்துக்கு வரேன். அடுத்து உனக்கு அறுவை சிகிச்சை செய்து உறுப்பு மாற்றம் செய்யணும். அதுக்கு நம்ம தமிழ்நாட்டு அரசு மருத்துவமனையே போதும். இலவசமா செஞ்சிடுவாங்க, செலவு இல்லடி செல்லம்.''

“அரசு ஆஸ்பத்திரில ஆபரேஷன் செய்ய காத்திருக்கணும்னு என் குருபாய் சொன்னா. வரிசைப்படிதான் பண்ணுவாங்களாம்.''

“அதனால என்ன? இப்போ என்ன அவசரம் உனக்கு?''

“இல்ல குரு. எனக்கு இப்போ 24 வயசு. என் இஷ்டப்படி நான் திருநங்கையா மாறிட்டேன். ஆனா, என் குடும்பத்துல அது பிடிக்கலை. தினமும் எனக்கு போன் போட்டு நீ ஆம்பளை பையனா இருன்னு சொல்லிட்டே இருக்காங்க.

எங்க மாமா என்னை எப்படியாவது தூக்கிட்டுப் போய் ஒரு கல்யாணம் பண்ணி வச்சிட்டா எல்லாம் சரியாகிடும்னு நெனைக்குறார். நான் எப்படி ஒரு பெண்ணுக்குத் துரோகம் செய்ய முடியும்? நானும் மனசால ஒரு பொண்ணுதானே. அதனால சீக்கிரம் ஆபரேஷன் செஞ்சிட்டா அவங்க என்னைத் தொல்லை பண்ண மாட்டாங்கல்ல.''

''தனியார்ல பண்ணணும்னா நிச்சயம் ஒரு லட்சத்தில் இருந்து ஒன்னரை லட்சமாவது வேணும்மா.''

கலா மலைத்துப் போனாள். தான் நினைத்த மாதிரி வேலைக்குப் போய் சம்பாதிக்க ரொம்ப நாளாகும் என்று புரிந்தது.

''குரு, நான் எந்த ஏரியாவிற்குக் கடை கேட்கப் போகணும்?''

கதையல்ல நிஜம்

- திருநங்கைகள் கடை கேட்பது சரிதான் என நாங்கள் வாதாடவில்லை. ஆனால், அந்தச் சூழலைப் புரிந்துகொள்ள வேண்டியது அவசியம். குடும்பம் திருநங்கைகளை ஏற்றுக்கொள்ளாததே அவர்களின் இந்தச் சூழலுக்குக் காரணம்.
- திருநங்கையாகப் பிறப்பவர்கள் பெண்களைப் போல வாழப்பிறந்தவர்கள். அவர்களை அவ்வாறுதான் நாம் புரிந்துகொள்ள வேண்டும். நம் குழந்தைகளில் ஒருவர் திருநங்கை எனப் பெற்றவர்கள் இதை இயல்பாக எடுத்துக்கொள்வதே இதற்குத் தீர்வு.
- திருநங்கை எனத் தெரிந்தவுடன் வீட்டில் இருக்க முடியாத சூழலை ஏற்படுத்துவதால் அவர்கள் வெளியேறிய அடுத்த நாளே உலகில் சாதித்து நின்றுவிட முடியாது. அந்த நேரத்தில் அவர்களின் உணவு, உடை, இருப்பிடம் போன்றவற்றுக்குப் பணம் தேவைப்படும். எல்லாவற்றுக்கும் மேலாக அவர்கள் விரும்பும் வண்ணம் தங்களை உருவாக்கிக்கொள்ளவும் பணம் வேண்டும்.
- ஒவ்வொரு திருநங்கைக்கும் ஓர் இலக்கு இருக்கும். இந்தத் திடீர் வறுமை அதை உடைத்துவிடும். அந்த நேரத்தில் பெற்றோரும் உடன் பிறந்தோரும் சமூகமும் உதவாத நிலையில் அவர்களின் மனநிலையைப் புரிந்து உடன் வைத்துக்கொள்ளும் மற்ற திருநங்கைகளைக் குடும்பத்தினர் வசைபாடக் கூடாது.

◆ திருநர் மக்களின் பாலின உறுதி அறுவை சிகிச்சை Gender Affirming Surgery [GAS] எனக் கூறப்படுகிறது. ஆரம்ப காலத்தில் Emasculation எனப்படும் பாலின உறுதி அறுவை சிகிச்சை திருநங்கைகளுக்கு மேற்கொள்ளப்பட்டது.

◆ பிறகு VAGINOPLASTY என்கிற பாலின உறுதி அறுவை சிகிச்சை முறை வந்தது. இதில் Penile Inversion, Sigmoid Colon என இரண்டு வகைகள் நடைமுறையில் உள்ளன. இந்தியாவில் பல மருத்துவர்கள் இதைச் சிறப்பாகச் செய்துவருகின்றனர். மருத்துவர்கள் சிவகுமார், ஜெயராமன், தாமோதரன், சரண் போன்றோர் இந்த அறுவை சிகிச்சைகளைச் செய்வது மட்டுமன்றி இது குறித்துக் கூட்டங்களில் தெளிவாக விளக்குவர்.

◆ திருநர் மக்களின் Gender Affirmative Surgery மற்றும் Harmonal சிகிச்சை ஆகியவற்றை Trans/Form Health (TFH) என்று ஒரு திட்டமாகவே 'சகோதரன்' அமைப்பு கடந்த நான்கு வருடங்களாக நடத்திவருகிறது. இதன் மூலம் சரியான திறன்மிக்க மருத்துவர்களைத் திருநர் மக்களுக்கு அடையாளம் காட்டுகிறது. அரசு மருத்துவர்களிடையே மருத்துவத்துறை செயலாளர் அனுமதியுடன் TFH குறித்துப் புரிதலையும் சகோதரன் அமைப்பு ஏற்படுத்துகிறது.

◆ 2007இல் முதல் முறையாகத் திருநங்கை மக்களுக்கு அரசு மருத்துவமனைகளில் இலவசமாகப் பாலின உறுதி அறுவைசிகிச்சை (GAS) முறையைக் கொண்டுவந்த முதல் மாநிலம் தமிழ்நாடு. இது பெரும் வரவேற்பைப் பெற்றது. இதற்குப் பிறகு சத்தீஸ்கர், டெல்லி, ஒடிசா (திருநம்பிகளுக்கு மட்டும்) ஆகிய மாநிலங்கள் இதைக் கொண்டுவந்துள்ளன. கேரளத்தில் தனியார் மருத்துவமனையில் திருநர் மக்கள் GAS சிகிச்சை மேற்கொண்டு அந்தப் பணத்தை அரசிடமிருந்து பெற்றுக்கொள்ளும் முறை உள்ளது.

14

தாயை மறைத்துத் திருமணமா?

பவித்ரா எப்போதும் முதல் அல்லது இரண்டாவது ரேங்க் எடுப்பது எல்லாருக்கும் ஆச்சரியம். எட்டாவது படிக்கிறாள்.

"பவித்ரா, ரேஷன் கடையில் இந்தப் படிவத்த எழுதித் தரச் சொல்றாங்க, கொஞ்சம் எழுதிக்கொடும்மா ராஜாத்தி."

"பேங்க்ல இருந்து இங்கிலீஷ்ல லெட்டர் வந்திருக்கு. படிச்சு சொல் லும்மா பவித்ரா."

சங்கீதாவுக்குப் பெருமையா இருக்கும்."அப்புறம் வாங்களேன். என் பொண்ணு ஸ்கூலுக்கு கிளம்புறா"ன்னு பதில் சொல்லியே சங்கீதா ஓய்ந்து போவாள்.

தன் கணவர் கார்த்திக்கிடம் அடிக்கடிச் சொல்லிப் பெருமைப்படுவாள்.

கார்த்திக் மெக்கானிக் கடை வைத்துக் கடுமையாக உழைத்துத்தான் மனைவியையும் குழந்தையையும் காப்பாற்றி வருகிறான்.

"அந்தக் கடை பக்கம் வரும்போதும் போகும்போதும் தானே உன்னைப் பார்த்தேன். அதென்னமோ உன்னைப் பார்த்ததுமே எனக்குப் பிடிச்சிப்போச்சி."

- அடிக்கடி கார்த்திக் இப்படிச் சொல்லும்போது சங்கீதா வெட்கப் படுவாள்.

பவித்ராவின் படிப்புச் செலவை சங்கீதா வீடு பெருக்குவது, சமையல் வேலை செய்வது எனத் தனது உழைப்பிலேயே பார்த்துக்கொள்வாள்.

“இதோ பாருங்க. நான் அவ படிப்பைப் பார்த்துக்கிறேன், நீங்க அவ எதிர்காலத்தைப் பாருங்க. அவ பெரியவளாகிட்டா மறந்துடாதீங்க.”

“அவ நல்லா படிக்கட்டும், என்ன ஆவறாளோ ஆவட்டும். அப்புறம் ஜாம் ஜாம்னு கல்யாணம் பண்ணுவோம்.”

இந்தப் பேச்சு வரும்போதெல்லாம் ரெண்டு பேருமே வருத்தமாயிடுவாங்க. பின்னே இருக்காதா? கார்த்திக், சங்கீதாவைக் கல்யாணம் பண்ணிட்டான்னு அவன் சொந்த பந்தம் எல்லாம் இவங்ககிட்ட பேசுறதே இல்லை. ஊரு சனங்ககூட இந்தக் காதலை ஏத்துக்கலையே. குழந்தை பவித்ராவைப் பார்க்கக் கூப்பிட்டும் யாருமே வரலை.

கார்த்திக் தனக்கு நேரமில்லை என்பதால் ஸ்கூல் பேரன்ட்ஸ் மீட்டிங்குக்கு சங்கீதாவைப் போகச் சொன்னான். வழக்கம்போல அவள் மறுத்தாள். இது பல வருட மறுப்பு.

இதுவரை மூன்று முறை சங்கீதா தனது நீண்ட முடியை மொட்டை அடிச்சிருக்கா. எப்போல்லாம் பவித்ராவுக்கு உடம்புக்கு முடியாம போகிறதோ அப்போல்லாம் இவ பெரியபாளையம் கோயிலுக்கு வேண்டிக்கிட்டு மொட்டை கொடுத்துடுவா.

பவித்ரா பெரிய பிள்ளை ஆனதுல இருந்து அவ எதிர்ல கார்த்திக் பக்கத்துலகூட சங்கீதா உக்கார மாட்டா.

“எல்லாம் சரிங்க. பவித்ராக்கு நல்லா படிச்ச பையனா பார்த்து கல்யாணம் பண்ணுங்க. உள்ளூருல வேண்டாம். வெளியூரு ஏன் வெளிநாடாகூட இருக்கட்டும். கவலையில்லை. அவ நல்லா இருக்கணும். அதான் முக்கியம்.”

“சங்கீதா உன் முடிவுல எந்த மாற்றமும் இல்லையா?”

“இல்லீங்க.”

“அப்படிச் சொல்லாதே சங்கீதா. எனக்குக் கவலையா இருக்கு. நீ ஆரம்பத்துல இப்படிச் சொல்லும்போது ஏதோ விளையாட்டுக்குச் சொல்றேன்னு நினைச்சேன். ஆனா, இவ்ளோ உறுதியா சொல்லும்போது எனக்குப் பயமா இருக்கு.”

“ஏங்க பயப்படுறீங்க? நான் எல்லாத்துக்கும் உங்க பின்னாடி இருப்பேன். நான் வளர்த்த குழந்தை அவள். என்னால அவளுக்குப் பிரச்சினை வரக் கூடாது.”

பவித்ரா கல்யாணம் தொடர்பா சங்கீதா ஒரே ஒரு நிபந்தனையை விதிச்சிருந்தா. அம்மா இல்லைன்னு சொல்லி பவித்ராவுக்குக் கல்யாணம் பண்ணணும். கல்யாணம் முடிவானதும் சங்கீதா வேற வீட்டுக்குக் குடிபோயிடுவா. கார்த்திக் அங்க வரலாம். ஆனா கார்த்திக், பவித்ரா நல்லது கெட்டதுக்கு சங்கீதா வர மாட்டாள்.

சங்கீதா என்கிற திருநங்கையை கார்த்திக் கல்யாணம் பண்ணிக் கொண்டதாலும் பிள்ளையைத் தத்து எடுத்து வளர்ப்பதாலும் அவன் படும் அவமானம் அதிகம். அந்த அவமானம் குழந்தைக்கும் வந்துவிடக் கூடாதென்றுதான் சங்கீதா இந்த முடிவை எடுத்திருக்கிறாள்.

கதையல்ல நிஜம்

- திருநங்கை சங்கீதா தன் மகளின் திருமணத்தையொட்டி இப்படி ஒரு முடிவை எடுக்க யார் காரணமாக இருக்க முடியும்? இச்சமூகம்தானே? ஒரு திருநங்கையை மனைவியாக, தாயாக, மாமியாராக இச்சமூகம் ஏற்கிறதா? அதனால்தானே சங்கீதா, பவித்ராவின் பள்ளிக்குக்கூடப் போக அஞ்சுகிறாள்.
- இது சங்கீதா - கார்த்திக் தனிப்பட்ட முடிவு, அவர்கள் வாழ்க்கை என ஒதுங்கிவிடப் பலரால் முடியாது. மற்றவர்கள் பிரச்சினையைத் தனது பிரச்சினையைப் போல் நினைக்கும் அளவுக்கு நாம் மாறினால் ஒழிய இது மாறாது.
- 2023 இல் LGBQT மக்கள் திருமணம் செய்துகொள்ள இயலாது என்கிற உச்ச நீதிமன்றத் தீர்ப்பில் திருநங்கைகள் ஆணையும், திருநம்பிகள் பெண்ணையும் திருமணம் செய்துகொள்ளலாம். மேலும் Special Marriage Act (SMA) என்கிற சட்டப் பிரிவிலும்கூடப் பதிந்துகொள்ள உரிமை அளித்துள்ளது. ஆனால், இதை ஆண், பெண் இருவரது குடும்பங்கள் பெரும்பாலும் ஒப்புக்கொள்வதில்லை. இந்த நிலையும் மாற வேண்டும். திருநர் மக்களும் நம்மில் ஒருவரே என்கிற எண்ணம் வலுப்பெற வேண்டும்.
- 'சிறப்புத் திருமணச் சட்டம் உள்ளது; எனவே திருநங்கையான எங்கள் மகளுக்கு உங்கள் மகனை மணம் முடித்துத் தருகிறீர்களா?' என யாரும் கேட்கப்போவதில்லை. திருநங்கையோ திருநம்பியோ தங்களை விரும்பி உடன் வாழ வருபவர்களைத்தான் மணம் முடிக்க முனைவார்கள். இதனால் மற்றவர்களுக்குப் பிரச்சினையில்லை என்பதையும் நாம் உணர வேண்டும்.

15

எதனாலும் கலையாத கலையார்வம்

"கிராமியக் கலையில் சிறந்து விளங்கும் இந்த காமாட்சியைத் தெரியாதவர்கள் இருக்க முடியுமா? நீ இன்னைக்கு வந்தவ."

"இருக்கட்டும். நீ கரகத்துல பேர் போனவள்னா நான் கூத்துல பேர் இருக்குறவ."

"அடியே தாரா நானும் பேர் இருக்குறவதான்."

"எதுக்குடி நமக்குள்ள வாக்குவாதம், விடுங்கடி"

- என்று சமாதானப்படுத்திய மாஸ்டர் சிந்துவும் திருநங்கைதான். மூத்த கலைஞர். அறுபது வயதைத் தாண்டியவர். ஆனால், அலட்டிக்கொள்ளாமல் இருப்பார். ஒரு நிகழ்ச்சிக்கு இவ்வளவு எனத் தொகை பேசி, மூன்று அல்லது நான்கு திருநங்கைகளைத் தேவைக்கேற்ப பயன்படுத்திக்கொள்வார்.

காமாட்சி கரகம் ஆடும்போது செம்பைத் தலையில் வைத்து ஆடுவது மட்டுமல்ல, அதைப் பல கோணத்தில் வளைத்தும் நெளித்தும் ஆடுவார். அந்தச் செம்பின் மேல் தேங்காய் வைத்து அதை தாரா கண்ணைக் கட்டி உடைப்பது என அந்த மேடையே களைகட்டும்.

இன்னைக்கு நிகழ்ச்சிக்கு முதல்வர் வரார்னு கேள்விப்பட்டதுல இருந்து சிந்து அம்மாவுக்கு சந்தோஷம்.

அவர்களுக்கு ஒதுக்கப்பட்ட அறைக்கு அடிக்கடி அரசு பெண் அதிகாரிகள் வருவதும் போவதுமாக இருந்தனர்.

“அம்மா உங்களுக்கு ஒதுக்கிய 15 நிமிடத்துல நிகழ்ச்சியை முடிச்சுடுங்க. தயவுசெய்து அதிக நேரம் எடுத்துக்காதீங்க”னு அந்த அதிகாரிகள் சொல்லும்போது சிந்துவுக்கு எல்லையில்லா மகிழ்ச்சி.

“இந்தக் கலைவிழாவில் கலந்துகொண்ட அனைவரையும் நான் வாழ்த்துகிறேன். குறிப்பாகத் திருநங்கை சிந்து அவர்களின் குழுவினரை நான் மனதாரப் பாராட்டுகின்றேன். அவர்களின் ஆர்வமும் நயமும் என்னைச் சிலிர்க்க வைத்தன” என முதல்வர் மேடையில் சிந்து குழுவினரைப் பாராட்டிப் பேசினார்.

“சிந்துமா கலக்கிட்டீங்க”னு விழா முடிவில் எல்லாரும் சிந்துவையும் காமாட்சி, தாராவையும் வாழ்த்தோ வாழ்த்து என வாழ்த்தினர்.

“இது மாதிரி கலைநிகழ்ச்சிகளை ரொம்ப வருசமா பண்றீங்களாம்மா?”ன்னு நிகழ்ச்சி ஏற்பாட்டாளர்களில் ஒருவர் கேட்டார்.

சிந்தும்மா யோசித்தார். ‘கூத்து, கணியன் கூத்து, தெம்மாங்குப் பாட்டு, ஒப்பாரிப் பாட்டு, மதுரை சண்டியர் பாட்டு, தனுஷ்கோடி ரயில் விபத்து கதை, அரியலூர் ரயில் விபத்து கதை, நேதாஜி சுபாஷ் சந்திரபோஸ் கதை, பாலம்மாள் கதை, சென்னை ஆளவந்தான் கதை, ஒருவனுக்கு ஒருத்தி... இப்படி நான் கத்துக்கிட்டு நடத்துன எதை இந்தப் பையன்கிட்ட சொல்ல. அந்தக் காலத்து தெருகூத்துலயும் ஆடியிருக்கேன், இப்போ மாறிப்போன நாடகத்துலேயும் ஆடிருக்கேனே, அதல்லாம் இந்த பையன்கிட்ட சொல்லவா?

தெருக்கூத்துல எத்தனை புராணத்தை எத்தனை கிராமங்கள்ல சொல்லியிருப்பேன். மகாபாரதக் கதையில நான் போடாத வேசமா? அதிலும் கர்ணன் மோட்சமும் குறவஞ்சியும் என் வாழ்க்கையில மறக்க முடியுமா? நல்லதங்காளாவும் வேஷம் போட்டு இருக்கேன், அவ அண்ணியாவும் அவளைக் கொடுமை பண்ணிருக்கேன். அதெல்லாம் இந்தக் குழந்தைகிட்ட சொல்லவா?

நான் இப்படித் திருநங்கையா வெளில வரதுக்கு முன்னாடியே ஆண் உடையிலேயே பொம்பள வேஷம் போட்டுருக்கேன். யாரு இது, பொண்ணா பையனானு கேப்பாங்களே...’ என நினைக்கும்போதே சிந்து அம்மாவுக்கு முகம் சிவந்தது.

‘திருநங்கையான மதுரை தர்மாம்மா ஆடுற ஆட்டத்தைச் சொல்லவா?

தேனி மீனாட்சி உடம்புல நெருப்பை வச்சி ஆடுவாளே அதைச் சொல்லவா? திருபுவனம் ராதா சலங்கையைக் கட்டுனா ஊரே அவளைப் பார்க்கத் திரண்டு நிக்குமே, அந்த அழகைச் சொல்லவா? சேலம் சிந்து கூத்துதான் வாழ்கையின்னு வாழறாளே அதை நெனைச்சி பெருமைப் படவா? உசிலம்பட்டி முருகேஸ்வரி மேடைல போடாத வேசமா?' என்று யோசித்துக்கொண்டிருக்கும்போதே ஊர் வந்துவிட்டது.

“சிந்தும்மா எம்மா சிந்தும்மா..”

“சொல்லுப்பா? இன்னா இவ்ளோ காலைல?”

“காலைல எதுக்கு வருவோம்? ஊர்ல மட்டை தேசப்பன் அப்பா இறந்துட்டாரு. ஒப்பாரிக்கு வந்துடுங்க.”

“இப்போதாம்பா சென்னைல இருந்து விழா முடிச்சிட்டு வரோம். ஒரு பத்து மணிக்கு வரோம்யா.”

“இந்தா பாரு சிந்து, இது பெரிய சாவு. ஒப்பாரிய ரெண்டாவதா வை. முதல்ல நல்ல குத்தாட்டம் போடச் சொல்லு உன் பிள்ளைகள.”

“இந்தாயா பாண்டி. இந்த சிந்துதான் கிடைச்சாளா? இவ குத்தாட்டம் போட்டுட்டாலும்.. எம்மா இதுக்கெல்லாம் உன் குரூப்புல ரெண்டு பொம்பள புள்ளய வச்சிக்க வேண்டியதுதானே?”

“சரி சரி. வந்துட்ட அந்த சின்னவ தாராவை ஒரு ஆட்டம் போடச் சொல்லு. நீ போய் ஓரமா ஒக்காரு.”

“யோவ் பாவம் அதுங்க. வயித்துப் பொழப்பு. விடுங்கய்யா ஓவரா சதாய்காதீங்க. இதோ பாரு சிந்து நான் எப்படியும் அலைஞ்சி திரிஞ்சி முதலமைச்சரைப் பார்த்து இந்த ஊருல கவுன்சிலர் ஆயிடுவேன் அப்புறம் எப்படியாவது உன்ன சி.எம்.ம பாக்க வச்சுடுறேன்.”

கதையல்ல நிஜம்

- கிராமியக் கலைகளில் அந்தக் காலம் முதல் திருநங்கைகள் பங்கேற்றுள்ளனர். தெருக்கூத்துக்களில் கடந்த 50 வருடங்களாகப் பங்கேற்றுவரும் திருநங்கைகளும் தமிழகத்தில் உள்ளனர். எத்தனையோ அவமானங்களை எதிர்கொண்டாலும், ‘இந்தத் தொழில் மட்டுமே செய்வேன்’ எனக் கிராமியக் கலைக் குழுக்களை நடத்திவரும் திருநங்கைகள் பல மாவட்டங்களில் உண்டு.
- சில இடங்களில் இந்தக் குழுவினரைக் கிண்டலாக நடத்துவது இன்னமும் தொடர்கிறது. இவர்களின் கலையைப் பார்ப்பதைவிட இவர்கள் திருநங்கைகள்; ஆடச் சொன்னால் எந்த மாதிரி பாட்டுக்கும் ஆட வேண்டும் என்ற எண்ணம் சமூகத்தில் நிலவுவதும் கசப்பான உண்மையே. இது மாற வேண்டும்.
- ஒப்பாரியாக இருந்தாலும் அதையும் கலையாக நினைத்துச் செய்கின்றனர். திருநங்கைகள் எந்த நல்ல விஷயத்தைச் செய்தாலும் சமூகம் அவர்களைப் பாராட்டி அங்கீகரிக்க வேண்டும். காரணம், இப்போதுதான் அவர்கள் பொதுமக்களோடு கொஞ்சம் கொஞ்சமாக இணைந்துவருகின்றனர்.
- தமிழக அரசு திருநங்கை மக்களின் நல்ல செயல்களை ஊக்கப்படுத்திவருகிறது. ஊடகங்களும் திருநங்கை மக்களின் வளர்ச்சியைக் கவனப்படுத்துகின்றன. இவையெல்லாம் மூன்றாம் பாலினத்தவரின் தொடர் வளர்ச்சிக்குக் காரணங்கள்.

16

பெண்ணாகப் பிறந்தாலும் பெண்ணல்ல

"எந்த வேலையா இருந்தாலும் எனக்குப் பிரச்சினை இல்லை. நான் நல்லபடியா செய்வேன். தயவுசெய்து வேலை வாங்கிக் கொடுங்க சார்."

"புரியுது தியாகு. உங்க மனைவி வேலை செய்யறாங்க, உங்களுக்கு வேலை கிடைக்கலை. ஏதாவது வேலைய சீக்கிரம் பார்த்துடுறேன். ஆனா நீங்க உங்களைப் பத்தி எதுவும் தெரியாம பார்த்துக்கோங்க, சரியா."

"சரி சார், நிச்சயமா ஜாக்கிரதையா இருக்கிறேன்."

நான் திருநம்பி எனச் சொல்லாமல் பல இடங்களில் வேலைசெய்து வருகிறேன். ஆனால், எப்படியோ கண்டறிந்துவிடுகிறார்கள்.

"தியாகு நீ மட்டும் ஏன் எங்ககூட எங்கேயும் வரமாட்டேங்குறே?"

"இல்லடா மச்சான். தியாகு கூச்ச சுபாவம். பாத்ரூம்கூட டாய்லெட்லதான் போறான் பார்த்தியா?"

"ஏன் தியாகு எப்பவுமே சட்டை போட்டே இருக்கே. இந்த கம்பெனி முழுவதும் பசங்கதானே இருக்கோம். கரன்ட் போனாலும் சட்டையைக் கழட்ட மாட்டேங்குறியே."

இப்படிக் கேள்வி மேல கேள்வி கேட்டு என்னைக் கண்டுபிடிச்சா நான் என்ன செய்யறது? நான் யாரையும் பெர்சனலா ஒரு நாளும் இப்படிக் கேட்டது இல்லையே.

“தியாகு, ஒரு பேக்கரில பக்கோடா போடற வேலை இருக்காம் போறியா?”

“மச்சான் எம்.காம். படிச்ச நான் வாடகை வண்டி ஓட்டுறேன். நீ பி.காம். படிச்சிட்டு பக்கோடா போடுறே சூப்பர்டா.”

“டேய் உனக்கு எப்பவும் கிண்டல்தானா? நம்ம நிலையை நெனச்சி வருத்தமே வரலையா?”

“வருத்தப்பட்டு என்னடா ஆகப்போவுது. நம்ம திருநம்பிகள் நிலைமை இதுதான்.”

ஏங்க... கொஞ்சம் பணம் எடுத்துவச்சி உங்களுக்கு ஆபரேஷனுக்குத் தயாராகணும்னு என் மனைவி சொல்லும்போது மனசு கஷ்டமாவுது. ஏற்கெனவே டாப் சர்ஜரிக்கு அவதான் லோன் போட்டுக் கொடுத்தா. இப்போ அந்த முக்கியமான சர்ஜரிக்கு அவளே பணம் கொடுக்கிறதா?

“செல்வி வேணாம்டி. நான் பாத்துக்குறேன். நீ உனக்குக் கொஞ்சம் பணம் எடுத்து வை. எதிர்காலத்துல தேவைப்படும்.”

“இதோ பாருங்க, நம்ம வாழ்க்கைல நீங்க, நான் அவ்ளோதான். இதுல எனக்குத் தனியா என்ன இருக்கப்போகுது?”

செல்வி என்கூடப் படிக்கும்போதே அவ சாப்பாட்டை எனக்குக் கொடுப்பாள். என் மீது ரொம்ப பாசமா இருப்பா. ஒருநாளும் என்னைக் கஷ்டப்படுத்துற மாதிரி எதுவும் கேட்க மாட்டா. என்கூடப் படிச்ச மத்த எல்லாப் பொண்ணுங்களும் என்னைப் பையன் பொண்ணுன்னு கிண்டல் பண்ணுவாங்க. அவங்ககிட்ட செல்வி சண்டை போடுவா. செல்விக்குப் பயந்தே என்னை யாரும் கிண்டல் பண்ண மாட்டாங்க.

ஏன்டி செல்வி, அந்தப் பொண்ணோட சேராத சேராதன்னு சொன்னா கேக்க மாட்டியான்னு அவ அப்பா எவ்ளோ சொன்னாலும் என் நட்ப விட்டது இல்ல செல்வி. எனக்கு அவளைப் பிடிக்கும். ஆனால், அவளும் என்னைத் திருமணம் செய்து கொள்ள விரும்புறாள்னு தெரிஞ்சதும் நான் ஆச்சரியமும் சந்தோஷமும் அடைந்தேன்.

செல்வி ஒரு ஆணைத் திருமணம் செய்யாமல் என்னோடு வாழ்வது என் கிராமத்தில் உள்ள ஒருவருக்கும் பிடிக்கவில்லை. அது குறித்து நாங்கள் இருவரும் கவலைப்படவும் இல்லை. இந்தக் காதலை ஏற்றுக்கொள்ள மனிதர்கள் இன்னும் பக்குவப்படவில்லை. என்னைப் போன்ற திருநம்பிகள் பிறந்து ஒரு வாழ்க்கையும் அமையாமல் இறந்துபோக வேண்டுமா?

இப்போ எல்லாம் என்னை 'பக்கோடா' தியாகுன்னு கூப்பிட ஆரம்பிச்சிட்டாங்க.

"தியாகு அண்ணா எப்போ செல்வி அண்ணி குழந்தை பெத்துக்கப் போறாங்க? உங்களுக்குக் கல்யாணம் ஆகி ரெண்டு வருஷம் ஆச்சின்னு சொல்றீங்க இப்படிக் குழந்தையைத் தள்ளிப்போட்டா எப்படின்னு என்னை நெறய பேரு கேக்குறாங்க செல்வி. எனக்கு என்ன பதில் சொல்றதுன்னு தெரியல."

"எனக்கும்தான் தெரியல. நாளாக நாளாக குழந்தை இல்லாத தம்பதின்னு நெனக்கட்டும் விடுங்க"

செல்வி இதைப் பெருசா எடுத்துக்க மாட்டா.

"ஒரு மாசம் வரைக்கும் நான் யாரை வேலைக்கு வைக்கிறது, இதுக்குதான் வெளியூர் ஆள்களை வேலைக்கு வைக்கக் கூடாது"ன்னு பக்கோடா கடை ஓனர் சத்தம் போட்டார்.

"இல்ல சார். கிட்னில கல்லு பெருசா ஆகுது. அப்படியே விட்டுட்டா ஆபத்துனு டாக்டர் சொல்றாரு."

"அதுக்கு எதுக்கு ஒரு மாசம்? ஒரு வாரம் போதுமே. என் தம்பிக்கும் அந்தப் பிரச்சினை இருந்தது. நம்ம ராமோஜி ஹாஸ்பிடல்ல வச்சி ஒரு வாரத்துல சரிபண்ணிட்டேன். நீ நெறய பொய் சொல்றே. உன் சிகிச்சை

முடிச்சுட்டு வேற வேலை பார்த்துக்கோ. உன் நடவடிக்கையே சரி இல்ல."

வேலை போனதை நினைத்து தியாகு கலங்கினான்.

"ஏங்க விடுங்க. உங்க முக்கியமான சர்ஜரி முடிச்சிட்டு உங்களுக்கு வேற வேலை பார்க்கலாம்."

தியாகுவுக்கு ஆபரேஷன் முடிந்து நன்றாக இருப்பதாக தியாகுவின் நண்பர்களிடம் செல்வி சொன்னாள்.

"இவ சொல்றா, ஆனா இவளே இன்னும் பாக்கலையாம்."

"ஏன் தியாகு அண்ணனை இங்க வச்சி அந்தக் கல்லு ஆபரேஷனைப் பண்ணா என்னவாம்? இந்த செல்வி அவனுக்கு வேலை இல்லைனு கை கழுவ பாக்குறாளோ என்னவோ. பாவம் அந்த தியாகு அண்ணன்."

கதையல்ல நிஜம்

◆ ஒரு திருநம்பி, தன்னை நேசித்தவரோடு சேர்ந்து வாழும்போது ஏற்படும் பிரச்சினைகளை நாம் இக்கதையின் மூலம் அறியலாம்.

◆ பொதுவாகத் திருநம்பிகளைப் பார்த்தவுடன் கண்டறிந்துவிட முடியாது. ஒரு பெண்ணை உற்றுநோக்கும் பலர் ஆணுடையில் உள்ளோரை அவ்வளவாக நோக்குவதில்லை. ஆனால், ஒரு திருநம்பியை அவர் பணிபுரியும் இடத்தில் உள்ள மற்றவர்கள் எவ்வாறு கண்டறிந்து மன உளைச்சல் கொடுக்கின்றனர் என்பதை தியாகு கதை உணர்த்துகிறது.

◆ திருநங்கையோ திருநம்பியோ பரஸ்பரம் விருப்பத்தோடு திருமணம் செய்துகொள்ளலாம் என்று சட்டம் தெளிவாகக் கூறுகிறது. ஆனால், இவர்களது திருமணம் ஏதோ தவறான செயல் போல் கருதப்படுகிறது.

◆ ஒரு குடும்பமாக இணைந்து வாழ LGBTQ மக்கள் விரும்புகிறார்கள். ஆனால், பொதுச் சமூகம் அவர்களை அவ்வாறு இருக்கக் கூடாது என்று அவர்கள் விரும்பாத திருமணத்தை நடத்தி வைக்கவே விரும்புகிறது. அது அந்த எதிர் பாலினருக்குச் சமூகம் செய்யும் துரோகமாகும்.

◆ மூன்றாம் பாலினம் என்பது ஒரு சாதாரண நிகழ்வு என்கிற கண்ணோட்டம் முதலில் நமக்கு ஏற்படவேண்டும். அப்படி இருந்தால் அவர்களின் அறுவை சிகிச்சை முறைகள் குறித்துப் பொதுப்படையாக பேச இயலும். அப்போது இக்கதையில் வரும் திருநம்பி தியாகு மாதிரி பாலின உறுதி அறுவை சிகிச்சை முறைகளை மறைக்க வேண்டியதில்லை.

17

கலைக்குப் பாலின பேதம் இல்லை

அரங்கேற்றம் அருமையாக நடந்தேறியது. இப்படி ஒரு மேடையில் இவ்வளவு கூட்டத்தின் நடுவே 11 இளம்பெண்களின் பரத நாட்டிய அரங்கேற்ற விழா நடக்கும் என யாரும் எதிர்பார்க்கவில்லை.

20 வருடப் போராட்டம் இந்த அரங்கேற்றத்தை நடத்தி முடிக்கத் தேவைப்பட்டது. கற்றுத்தர நான் உண்டு. நட்டுவாங்கத்துக்கு ஆள் உண்டு. அரங்கேற்றம் செய்ய மேடையும் தயார். ஆனால், கற்றுக்கொள்ள மாணவர்கள் வருவார்களா என நான் எவ்வளவு காலம் வாசலைப் பார்த்ததுண்டு தெரியுமா?

"பரதம் கத்துக்க ஆசைப்படலாம். ஆனால், உன் பேச்சு, நடை எல்லாம் வித்தியாசமா இருக்கே."

"ஒருவேளை உனக்குள் இருக்கும் பெண்மை தான் உன்னைப் பரதம் கத்துக்கத் தூண்டுதோ?"

"இதுவெல்லாம் பரதம் கத்துக்கிட்டு என்னத்த சாதிக்கப் போகுது?"

- இப்படி எத்தனையோ விமர்சனங்கள்.

நான் பரதம் பயின்றுவந்த வகுப்புல பசங்க கொஞ்ச நாளுல சொல்லாம நின்னுடுவாங்க. 'அலாரிப்பு' கத்துக்குறதுக்குள்ள ஆள் காணாம போயிடுவாங்க. நான் அங்க வகுப்புல இருக்குறது அவங்களுக்குப் பிடிக்கலைன்னு அப்புறமாதான் எனக்குத் தெரிஞ்சுது.

ஆனா, என் பள்ளியில எனக்குத்தான் முதல்ல அரங்கேற்றம் நடந்தது. நான் ஒவ்வொரு அடவையும் சீக்கிரம் கத்துக்கிட்டேன். என்னை மாதிரி ஒரே வருடத்துல அதிக 'உருப்படி'களைக் கத்துக்கிட்டது யாருமில்லை.

மாஸ்டர் எப்பவும் எனக்கு சப்போர்ட். ஒருநாளும் என்னை அவர் கண்டிச்சதில்லை.

"இது கண்டிக்கிற விஷயம் இல்லை லயா. இது உனது பிறப்பு. நான் சிவனை வணங்குகிறேன். உன்னை நான் ஒதுக்கினால் சிவசக்தியை ஒதுக்கியதற்குச் சமம். யார் என் வகுப்பை விட்டுப் போனாலும் சரி, நீ கவலைப்படாதே" என்பார்.

நான் வகுப்பில் இணைந்த மூன்றாம் வாரமே எனக்குச் சலங்கை பூஜை போட்டார்கள். இதற்கு என் சக மாணவர்கள் என் ஆசிரியரிடம் கோபப்பட்டதுகூட எனக்கு நினைவிருக்கிறது.

எங்க மாஸ்டர்தான் எனக்குச் சிவபெருமானாகத் தோன்றினார். அவர் கொடுத்த ஊக்கமே இரண்டு வருடங்களிலேயே நான் ஒரு மார்க்கம் முழுவதும் கற்று அரங்கேற்றமே பண்ண முடிஞ்சுது. இன்று நான் ஆசிரியையாக 11 மாணவர்களுக்கு அரங்கேற்றம் முடிக்கிறேன்.

என் அரங்கேற்றம் நடந்தபோது வந்திருந்த விருந்தினர்களில் சிலர் முகம் சுளித்ததையும் நான் ஆடியபடியே கவனித்தேன். எனக்குப் பரதம் கற்றுத்தந்த என் குரு, அவருக்கு ஏற்பட்ட இழப்புகள் குறித்துக் கவலைப்படவில்லை என்பதே என் வெற்றிக்குக் காரணம்.

நான் பரதம் கற்று முடித்தபோது எங்கள் ஏரியா பிள்ளையார் கோயில் பிரதிஷ்டை நிகழ்ச்சியில் ஆட வாய்ப்பு கேட்டேன். அவர்கள் பலமாகச் சிரித்து வெளியே அனுப்பிவிட்டனர். எங்கள் பகுதியில் உள்ள மக்களின் முன்னிலையில் ஆடவேண்டும் என நான் ஏங்கிய காலத்தை என்னால் மறக்க முடியவில்லை.

கன்னியாகுமரியில் அந்த அம்மனின் மூக்குத்திக்கான வரலாறையே நான் அபிநயத்தில் கூறிவிடுவேன். அது மட்டுமா... தஞ்சைப் பெரியகோயில், தியாகராஜ பாகவதரின் ஆலாபனைகள், திருவொற்றியூர் வடிவுடையின் அழகை வர்ணிப்பது, கிருஷ்ண லீலைகளை முக பாவனைகளில் கொண்டு வருவது எனக் கற்றதை எனது வீட்டின் நான்கு சுவருக்குள் எவ்வளவு காலம் ஆடுவது?

இந்தக் கலையைக் கற்க ஏங்கும் மக்களுக்குக் கட்டணமில்லாமல் கற்றுத்தரப் போறேன்னு நான் சொன்னதும் எங்க மாஸ்டர் ரொம்ப சந்தோஷப்பட்டார்.

"இவ்வளவு நாள்கள் இந்தப் பள்ளியை நடத்தும் எனக்கு இது தோணலையே" என ஆதங்கத்துடன் என்னிடம் கூறினார்.

20 மாணவர்கள் வரை பயிற்சி பெறும் அளவுக்கு எனக்கு ஒரு பள்ளியை வாடகைக்கு எடுத்து பிரம்மாண்டமாகத் தொடங்கிவைத்து என்னை ஆசிரியர் ஆக்கினார் என் மாஸ்டர்.

“நாங்கள் ரெண்டு மணி நேரமா எங்க குழந்தைகளைப் பள்ளியில் சேர்க்கக் காத்துக்கிட்டு இருக்கோம். மாஸ்டர் எப்போ வருவார்?”

என் பணியாளர் என்னைக் காண்பித்து, “இதோ வராரு பாருங்க” என்றார்.

இரண்டு மணிநேரம் காத்திருந்தவங்க என்னைப் பார்த்தவுடன் இரண்டு நிமிடத்தில் என்னிடம் வேறு ஏதேதோ பேசிவிட்டு நழுவிவிடுவர்.

இது எனக்குப் பழக்கப்பட்டுவிட்டது. என் உதவியாளருக்கும்தான்.

நான் நிகழ்ச்சி நடத்தப் போகும் இடங்களில் என் நாட்டியத்தைப் பார்ப்பவர்களின் குழந்தைகள், முற்போக்குச் சிந்தனை கொண்டவர்களின் பிள்ளைகள் என என்னிடம் இத்தனை வருடக் காலத்தில் பரதம் கற்றுக்கொண்டவர்கள் இந்த 11 பிள்ளைகள் மட்டும்தான்.

நான் ஆணுடையில் இருந்து பெண்ணுடைக்கு மாறும் பருவம் என்னை இந்தக் கலையில் இருந்து தூரமாகக் கொண்டு சென்றது. அப்போதும் என் மாஸ்டர் என்னைக் கையைப் பிடித்து முன்னே நிற்க வைப்பார்.

எனக்கு ரப்பர் பேண்ட் போடும் அளவிற்கு முடி வளரவில்லை.

பரட்டையாக இருக்கும் அந்த நேரத்தில் பொது இடத்துக்கு வருவதற்குக் கூச்சமாக இருந்தது. முகத்தில் லேசர் சிகிச்சை செய்யும் காலத்தில் மேக்கப் போட கஷ்டமாக இருக்கும். அப்படிப் போட்டாலும் அது அழகாக இருக்காது. அந்தக் காலத்தில் என்னை எத்தனையோ பேர் சொறிமூஞ்சி எனக் கேலி பேசியதுண்டு.

இதற்கெல்லாம் மேலாக நான் எனது பாலின உறுதி சிகிச்சைகளை மேற்கொண்டபோது நிறைய நாள்கள் ஓய்வு தேவைப்பட்டது. அப்போதெல்லாம் நான் எனது காலைத் தூக்கி ஆடும் வலிமையைச் சீக்கிரம் கொடு சிவனே என்று தினமும் வேண்டியதுண்டு.

இவற்றை எல்லாம் தாண்டி "மாஸ்டர் லயா அம்மா, நீங்க எங்கள் குழந்தைகளை இவ்ளோ சீக்கிரம் அரங்கேற்றம் பண்ண வச்சது எங்களின் பாக்கியம்" என்று சில பெற்றோர் மேடையில் பேசிய போது அரங்கமே எழுந்து நின்று கைதட்டியது.

கதையல்ல நிஜம்

- கலைக்கும் பாலினத்துக்கும் எந்தத் தொடர்பும் இல்லை. 'பாவம்', ராகம், தாளம் மூன்றையும் உள்ளடக்கிய பரதம் திருநங்கைகளுக்குப் பிடித்த கலை.
- பரதக்கலையில் நல்ல பெயர் எடுத்து, மிக உயரிய விருதுகளைப் பெற்று, தமிழக அரசின் மாநிலத் திட்டக் குழுவில் உள்ளவர் திருநங்கை நர்த்தகி நடராஜ் என்பது அனைவருக்கும் பெருமை.
- தூத்துக்குடி பரதக் கலைஞர்களான திருநங்கை பொன்னியும் அஞ்சலியும் வசதி குறைந்த, ஆர்வமுள்ள குழந்தைகளுக்குக் கட்டணமில்லாமல் பரதம் கற்றுத் தருகின்றனர். திருநங்கைகள் லக்ஷயா, ராஜகுமாரி, வனிதா ஆகியோரின் நாட்டியத்தைக் காண கண்கோடி வேண்டும்.
- கேரளத்தைச் சேர்ந்த 'ஸ்ரீசத்ய சாய் ஆதரவற்றோர் அறக்கட்டளை' சென்னையில் திருநங்கைகளுக்காகக் கட்டணமில்லாப் பரதப் பள்ளி ஒன்றை நடத்திவருகிறது. நடனத்தில் ஆர்வமுள்ள திருநங்கைகளைக் கண்டறிந்து அவர்களுக்கு உதவும் பணியை 'சகோதரன்' அமைப்பு செய்கிறது.
- பிரபலமான கோயில்களில் மார்கழி உற்சவங்களில் திருநங்கைக் கலைஞர்களுக்கு வாய்ப்பு வழங்கிட வேண்டும் என்பதே வளர்ந்துவரும் இளம் தாரகைகளின் ஏக்கமாக உள்ளது.

18

அண்ணன் என்ன தம்பி என்ன?

"அண்ணா, நீ எப்படி இருந்தாலும் பரவாயில்லை. நம்ம வீட்டுக்கு வந்துடுண்ணா."

"நான் அப்படி வர முடியாதுப்பா. இங்க எனக்குன்னு பெரிய சொந்தமே இருக்கு. அவங்கள விட்டுட்டு நான் வர முடியாது."

"மம்மி.. பேசுறது உங்க தம்பிதானே? அவருதான் எவ்ளோ நாளா கூப்புடுறாரு. ஒரு தடவை போயிட்டு வாங்களேன்."

"இல்லடி ரோஜா. நான் போறதைப் பத்தி ஒண்ணுமில்ல. நான் வீட்டைவிட்டு வந்து 30 வருஷம் ஆவுது. அவங்களும் விட்டுட்டாங்க. எங்கப்பா அம்மா ரெண்டு பேரு இறந்ததுக்கும் எனக்குச் சொல்லலை. மனசு வெறுத்துப் போச்சுடி."

"மம்மி, உங்க அம்மாவுமா உங்களை வெறுத்தாங்க?"

"இல்லை. நம்ம திருநங்கைகள்ல பெத்த அம்மா மட்டும்தானே நமக்கு சப்போர்ட்டு. எங்கம்மா என்னைய வீட்டைவிட்டு அனுப்பக் கூடாதுன்னு எவ்வளவோ போராடுச்சி. ஆனா, எங்கப்பா ஜாதி பைத்தியம். நாங்க உயர்ந்த குலத்துல பொறந்தவங்களாம். நான் இப்படி மாறிட்டேன்னு தெரிஞ்சா அவங்க உறவினர்கள் அசிங்கமா நெனப்பாங்களாம்.

நான் இப்படின்னு தெரிஞ்சதும் என்னை மறைச்சி மறைச்சி வைக்க ஆரம்பிச்சாரு. அது பிடிக்காம நான் வீட்டை விட்டே ஓடிவந்துட்டேன்."

"விடுங்க மம்மி. சாரி. உங்க பழைய கதையை ஞாபகப்படுத்திட்டேன். நாங்கல்லாம் உங்களுக்கு இருக்கோம் கவலைப்படாதீங்க."

நம்ம தம்பி ரவியையும் அவன் பிள்ளைங்களையும் போய்ப் பார்த்துட்டு வந்தா என்ன என்று கமலத்துக்கு ஒரே யோசனையா இருந்தது. அவன் ரொம்ப பெரிய ஆளா இருப்பானோ? அவன் பொண்ணுக்கே கல்யாணம் பண்ணிட்டேன்னு சொல்றான். எனக்கே இப்போ 54 வயசாகுது.

நான் வீட்டைவிட்டு வெளில வரும்போது அவனுக்கு 20 வயசுதான் இருக்கும். அவனுக்கும் நம்மை விட்டா யாரு இருக்கா?

"அண்ணா, நீ வர்றேன்னு சொன்னது எங்களுக்கு ரொம்ப சந்தோஷம். நாங்க எல்லாரும் உனக்காகக் காத்திருக்கோம் வா அண்ணா. என் பிள்ளைங்க, மருமகன், பேரப்புள்ளைங்க எல்லாரும் உன்னைப் பார்க்கணும்."

ரயில்வே ஸ்டேஷனுக்கே வந்து என்னை வீட்டுக்குக் கூட்டிட்டுப் போனான். "என்னைய மன்னிச்சுடுக்கா. நான் பழைய உறவுல உன்னை அண்ணன்னு சொல்லிட்டேன். நேர்ல உன்னைய பார்க்கும்போது என்ன சொல்றதுன்னு தெரியல. அப்படியே பொம்பள மாதிரி இருக்கே. இனி அக்கான்னுதான் கூப்பிடுவேன்."

"நீ எப்படிக் கூப்பிட்டாலும் சரி. என்கூடப் பொறந்தவன். உன்னை நான் தப்பா நினைக்க மாட்டேன்."

அவன் பிள்ளைங்க எல்லாரும் வரிசையா என் கால்ல விழுந்தாங்க. அவன் பொண்ணைப் பார்த்தால் அப்படியே எங்கம்மாதான். எனக்குக் கண்கலங்கியது.

"அத்தை அழாதீங்க. நாங்க எல்லாம் இருக்கும்போது நீங்க மும்பைல போய் ஏன் கஷ்டப்படணும்? நீங்க எங்ககூட இருங்க."

அவள் குழந்தைகளும் என்னைப் பாட்டி என்று அழைத்தது எனக்கு வேறு ஓர் உலகில் இருக்கும் எண்ணத்தை ஏற்படுத்தியது.

"நீங்க எனக்கு அண்ணி முறை ஆவுது. ஆனால், நான் அம்மான்னுதான் கூப்பிடுவேன். ஏன்னா எனக்கு அம்மா இல்ல. அந்தக் குறைய உங்ககிட்ட தீர்த்துக்குறேன் அம்மா"ன்னு என் தம்பி மனைவி என்னிடம் சொல்லும்போது இரண்டாவது தடவை உடைந்து அழுதேன்.

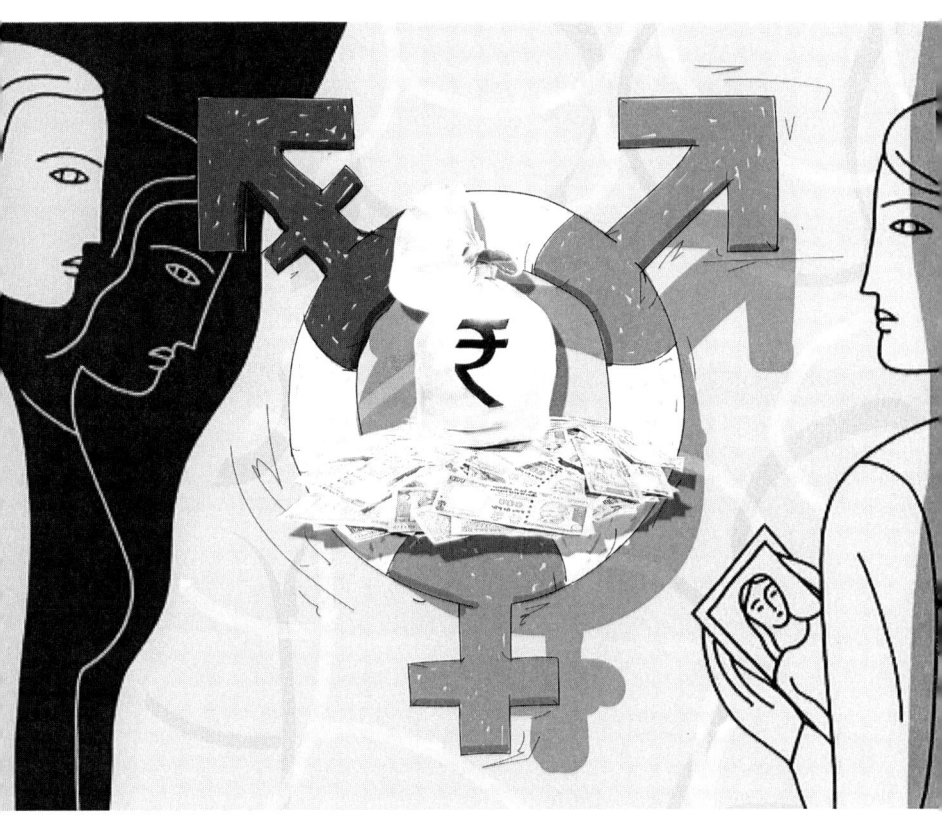

இனி எதற்கு மும்பைக்குப் போகணும்? வேண்டவே வேண்டாம். ஆறு மாசத்துக்கு ஒருமுறை போய் எல்லாரையும் பார்த்துட்டு வருவோம் எனத் தீர்க்கமாய் முடிவுசெய்தேன். என் அப்பா என்னை வெறுத்தார். ஆனால், என் தம்பி என் மேல் அன்பாக இருக்கிறான்.

"அக்கா, உன்னைப் பார்க்கணும்னு நான் எவ்வளவோ முயற்சி பண்ணேன். ஆனா, முடியல. அப்பாதான் உன் பேச்சை எடுத்தா கோபப்படுவார். அதனாலேயே நான் அமைதியாகிடுவேன்."

"சரி விடுப்பா. நடந்ததை மறந்துடுவோம். இனி சந்தோசமா இருப்போம்."

வீட்டில் எல்லாவிதமான சமையலும் தடபுடலாகத் தயாரானது.

"அத்தை, நீங்களும் அப்பாவும் நாளைக்கு ரெஜிஸ்டர் ஆபீஸ் வரை வரணும். தாத்தா சொத்து உங்க ரெண்டு பேருக்கும் சரிபாதியா பிரிச்சதுல கையெழுத்துப் போடணும்."

"அதுக்கெல்லாம் என்னம்மா அவசரம்? பொறுமையா பண்ணலாமே?"

"இல்ல அத்தை. உங்களுக்கு என்ன சேரணுமோ அதை உங்க பேர்ல மாத்தணும்."

என் மருமகள் நீட்டிய அத்தனை பேப்பரிலும் கையெழுத்துப் போட்டேன். ரெண்டு அரசுப் பதிவு அலுவலகங்களுக்குக் கூட்டிட்டுப் போனாங்க. அங்கெல்லாம் நானும் என் தம்பியும் பக்கம் பக்கமாகக் கையெழுத்துப் போட்டோம்.

"நாளைக்கு நான் மும்பைக்குப் போய் என் திருநங்கை சொந்தங்கள் எல்லாரையும் பார்த்துட்டு நிரந்தரமா என் துணிமணிகளை எடுத்துட்டு வந்துடுறேன்பா."

மும்பையில வந்து இறங்குனதும் தன் திருநங்கை பொண்ணுங்க எல்லார்கிட்டேயும் நடந்ததைச் சொல்லிச் சந்தோஷப்பட்டாள் கமலம்.

"ஏண்டி என் தம்பிக்கு போன் போக மாட்டேங்குது? இங்க வந்ததில் இருந்து அவனும் போன் பண்ணல. இது என்னானு பாருடி."

"மம்மி, நீங்க கொடுத்த எல்லா நம்பரும் பிளாக்ல இருக்கு. இருங்க என் நம்பர்ல போடுறேன்."

ரிங் போனது. ஸ்பீக்கரில் போட்டாள் ரோஜா.

"ஹலோ.."

"யாரு?"

"வணக்கம் மாமா. நான் மும்பைல இருந்து பேசுறேன். உங்கக்கா கமலம்மாவோட திருநங்கை மகள் நான். எப்படி இருக்கீங்க?"

"யாரு நீங்க? ராங் நம்பர். கமலம், கோமளம்னு யாரையும் எங்களுக்குத் தெரியாது."

"ஐயோ மம்மி. நம்பர் தப்பா போட்டுட்டேன். மறுபடியும் நம்பர் சொல்லுங்க."

"அடியே ரோஜா. அது என் தம்பிதாண்டி"

கதையல்ல நிஜம்

- இதுபோன்ற சம்பவங்களும் திருநங்கைகள் மத்தியில் நடந்துவருகின்றன. இந்தக் கதையில் வரும் தம்பி போன்றோர் சொத்துப் பிரச்சினை வந்துவிடக் கூடாது என்பதற்காக உடன்பிறந்த திருநங்கை சகோதரியிடம் இப்படி நடந்துகொள்கின்றனர்.

- தற்போதுள்ள இளம் திருநங்கைகள் படித்து வெளிவருகின்றனர். ஓரளவுக்குத் தெளிவு உள்ளது. மாற்றுப்பாலினத்தவர் குறித்த சட்டங்களையும் அறிந்து வைத்துள்ளனர். ஆனால், 20 வருடங்களுக்கு முன் 50 வயதையொட்டிய பல திருநங்கைகள் நீட்டிய பக்கங்களில் கையெழுத்துப் போட்டுள்ளனர்.

- சில திருநங்கைகள் கடை கடையாகக் காசு கேட்டுக் கஷ்டப்பட்டு உடன்பிறந்தோருக்குத் திருமணம், குழந்தை பிறப்பு, கல்வி போன்றவற்றுக்கு உதவுகின்றனர். ஆனால், அவர்களின் வயது முதிர்ந்த நிலையில் உதவிட பெரும்பான்மையான குடும்பங்கள் முன்வருவதில்லை.

- தமிழக அரசு தரும் உதவிப்பணம் 1,500 ரூபாயை மட்டும் நம்பி இருக்கும் திருநங்கைகளும் உண்டு. ஆனால், இவர்களின் இளமைக் காலத்தில் இவர்களை ஏமாற்றிப் பணம்பறித்தவர்கள் ஏராளமானோர்.

- யார் அன்பாக இருக்கிறார்களோ அவர்களே தனக்கு எல்லாம் என்று அன்பு ஒன்றையே எதிர்பார்த்து வாழும் திருநங்கையரைப் புரிந்துகொள்வோம்.

19

எம்மதமும் சம்மதமே

"ஆண்டவரின் நாமத்திற்கு ஸ்தோத்திரம் நல்ல பிதாவே. இனிய கிறிஸ்துமஸ் தின வாழ்த்துகள்."

"ரொம்ப சந்தோசம் அனு அக்கா. அதுவும் நீங்க விஷ் பண்றது எனக்குக் கூடுதல் சிறப்பு. சர்ச்சுக்குப் போயிட்டு வந்துட்டீங்களா அக்கா?"

"காலைலயே போயிட்டு வந்துட்டேன்மா. ராத்திரியும் போனேன்."

அனு ஒவ்வொரு கிறிஸ்துமஸுக்கும் வெள்ளை நிறம் கலந்த சேலையைத்தான் எடுப்பாள்.

"குரு, நீங்க எடுத்துக் கொடுத்த புடவை ரொம்ப அழகா இருக்குன்னு நேத்து சர்ச்சுல எல்லாரும் சொன்னாங்க. தேங்க்ஸ் குரு."

"அனு குருபாய், எனக்கும் நீ எடுத்துக்கொடுத்த சேலை அழகா இருந்துச்சு. தேங்க்ஸ் குருபாய்."

"உங்களுக்கு நான் கொடுத்த கிறிஸ்துமஸ் பரிசு நல்லா இருக்குன்னு சொல்றது எனக்கு ரொம்ப சந்தோஷம். நதியா, நாம எல்லாரும் எங்க குரு வீட்டுக்குப் போகணும். உங்க நாணி இன்னைக்கு மட்டன் பிரியாணி போடுறாங்களாம்."

"அனுக்கா நம்ம குருவுக்கு நல்ல கேக் வாங்கிட்டுப் போலாம்."

"சரிடி நதியா. அப்புறம், பைபிள் புது அத்தியாயம் ஒண்ணு குரு கேட்டாங்க. நேத்தே வாங்கி வச்சிட்டேன். அதையும் எடுத்துட்டுப் போயிடுவோம்."

அனைவரும் அனுவின் குரு வீட்டுக்குச் சென்றனர்.

"பாவ்படுத்தி (பணிந்து வணங்குகிறேன்) குரு! பிரியாணி சூப்பர். போன ரம்ஜானுக்கு ஆர்டர் கொடுத்தீங்களே அதே பாய்தானா குரு இதையும் சமைச்சாரு?"

"அவரேதான். ரம்ஜானுக்கு டேஸ்ட் குறைச்சிட்டாருடி அனு. போன வாரம் நான் ஆர்டர் கொடுக்கும்போது கிறிஸ்துமஸுக்குப் பிரியாணி நல்லா இல்லைனா அவ்ளோதான்னு சொல்லிட்டேன். அதான் ரொம்ப நல்லா சமைச்சிருக்காரு."

எல்லாரும் பிரியாணியைச் சாப்பிட்டபடியே வாய்விட்டுச் சிரித்தனர்.

அனுவோட குரு சாப்பிடுற விஷயத்துல கஞ்சம் பிடிக்கமாட்டா. ஒரு தடவை எங்களை ஊட்டிக்கு டூர் கூட்டிப் போகும்போது உக்கடம் பகுதியில திருநங்கைகள் செஞ்ச பிரியாணியை வாங்கிக் கொடுத்தா. சூப்பரா இருந்துச்சி.

அது மட்டுமில்ல, அங்க நம்ம திருநங்கைங்கதான் நிறைய பேரு சமையல் மாஸ்டரா இருக்காங்க.

“பக்ரீத்துக்கு அனு 20 பேருக்கு குர்பானி குடுப்பா அது தெரியுமா உங்களுக்கு? அவ சுகர் வந்து ரொம்ப கஷ்டப்பட்டா. அப்போதான் ஒவ்வொரு பக்ரீத்துக்கும் இப்படித் தரேன்னு அவ மனசுல நெனச்சாளாம்.”

பிஞ்சு (இளவயது திருநங்கை) ரக்சனா எல்லாருக்கும் பீடா வாங்கிவந்து கொடுத்துச்சு.

“ஆயாங்க எல்லாருக்கும் பாவ்படுத்தி. நான் வாங்கிவந்த பீடாவைப் போட்டு கிறிஸ்துமஸ் விருந்தை முடிங்க.”

“அடியே ரக்சனா, எங்க காலத்துக்கு அப்புறம் நீயும் இது மாதிரி கிறிஸ்துமஸுக்கு எல்லாருக்கும் விருந்து வைக்கணும், பரிசு கொடுத்து மகிழணும் சரியா? அது மட்டுமில்ல, உன் சின்ன நாணி, அனு மாதிரி குர்பானியும் குடுக்கணும். இப்படிச் சின்ன செலவா பான் பீடா கொடுத்துட்டு ஓடிடக் கூடாது.”

மீண்டும் அங்கே ஒரே சிரிப்பலை.

♦♦♦

“இன்னும் பரணுக்குள்ள போடி. ரெண்டு பெட்டி இருக்கும் அதையும் கீழே இறக்கு.”

“ஏன் குரு இப்படி என் உயிரை எடுக்குறீங்க? அதையெல்லாம் கீழயே வைக்க வேண்டியதுதானே. என்னால ஏற முடியல.”

“என் செல்லம் இல்லே. போடி ராஜாத்தி. அந்தப் பெட்டியிலதான் முக்கியமானது எல்லாம் இருக்கு. கொஞ்சம் உதவி பண்ணுடி.”

அந்தப் பெரிய பெட்டியைக் கீழே இறக்கிவைத்தாள் பிஞ்சு ரக்சனா.

அனு நல்லா தலைக்குக் குளிச்சு மஞ்சள் பூசிய முகத்தோடு இருந்தாள். சுத்தமாகக் கழுவிவிட்ட வீட்டிற்குள் சாம்பிராணி புகை போட்டு அம்மனுக்கு விளக்கேற்றிவிட்டு அந்தப் பெட்டியைத் திறந்தாள்.

அதிலிருந்து சித்தாங்கு ஆடை, குல்லா, கஞ்சுளி மற்றும் அலகு போடும் பொருள்களை எடுத்து அங்காள அம்மனிடம் வைத்து, பூஜை போட ஆரம்பித்தாள்.

வருஷா வருஷம் சிவராத்திரிக்கு அனு சாமி ஆடுறதை அந்த ஊரே நின்னு வணங்குமே.

கதையல்ல நிஜம்

◆ திருநங்கைகள் பெரும்பாலும் எல்லா மதத்தையும் ஒன்றாகப் பாவிக்கிறார்கள். இதற்குக் காரணம், வெவ்வேறு குடும்பங்களில் பிறந்து திருநங்கை என்கிற காரணத்தால் சொந்தபந்தங்களை விட்டு இவர்கள் ஒன்றுகூடி வாழ்வதால் அங்கே ஜாதிக்கும் இடம் கிடையாது; மதத்துக்கும் சம்பந்தம் இருக்காது.

▲ கங்காம்மாள்

▲ எஸ்தர் பாரதி

◆ திருநங்கை வேலூர் கங்காம்மாள், இறந்த மூத்த திருநங்கைகளுக்கு வருடா வருடம் இஸ்லாமிய முறைப்படி லோபன் (சாம்பிராணி போடுதல்) முறையை மேற்கொள்வார். ஒவ்வொரு ஞாயிறும் பாதிரியார்களை வரவழைத்துத் திருநங்கைகளோடு ஜெபக்கூட்டங்கள் வைப்பார். ஆடி மாத முதல் வாரத்தில் சமயபுரம் கோயிலில் 1,000 பேருக்கு அன்னதானம் போடுவார்.

◆ சென்னை வியாசர்பாடியைச் சேர்ந்த திருநங்கை பானு அம்மாள் பிறப்பால் இஸ்லாமியர். ரமலானுக்கு நோன்பு இருப்பதை ஒவ்வொரு வருடமும் மேற்கொள்கிறார். மேலும், புரட்டாசி மூன்றாவது வாரம் இவர் பெருமாளுக்கு தளுகை போடுவதை மிகப்பெரிய விழாவாகக் கொண்டாடுவார். கூத்தாண்டவர் கோயிலில் தாலி கட்டிக்கொள்வதையும் வருடந்தோறும் மேற்கொள்வார்.

◆ திருநங்கைகளில் பைபிள் படித்து முடித்து முதன்முதலாகப் பாதிரியாராக ஆன எஸ்தர் பாரதி, திருநங்கைகளுக்குப் பெருமை சேர்த்தவர். இவர் கிறிஸ்துவர் என்கிறபோதும் உறவுக்காரர்கள், உடன் இருக்கும் திருநங்கைகள் ஆகியோரின் அனைத்து மத விழாக்களுக்கும் சென்று ஆதரவாக இருப்பார்.

20

ஆடலும் பாடலும் எதற்கு?

"இந்த முறை நம்ம கலை விழாவுக்கு 'திருநங்கைகள் சங்கமம்' எனப் பெயர் வைக்கலாம்."

தலைவர் இப்படிச் சொன்னதுதான் தாமதம். எல்லாரும் படபடவெனக் கைதட்டி மகிழ்ச்சியைத் தெரிவித்தனர்.

"அழகிப் போட்டிக்கு என் பெயரை எழுதுங்க."

"என் பெயரை சினிமா டான்சுக்கு எழுதிக்கோங்க. என் குருபாய் (சகோதரி) வனிதா பெயரை வரவேற்பு நடனத்துக்குப் போடுங்க."

"நான் போனமுறை மாதிரி சாப்பாட்டுக்குப் பொறுப்பு."

"அடியே மோகனா, நீ எப்பவுமே சாப்பாட்டுக்குத் தானடி லாயக்கு."

எல்லாரும் கையைத் தட்டிச் சிரித்தனர்.

"சரி. நம்ம நிகழ்ச்சியில ஆடல் பாடல் மட்டும் போதாது. நிகழ்ச்சி பார்க்க வர ஆளுங்க நம்மைப் பத்தின புரிதலோட போகணும், என்ன சொல்றீங்க?"ன்னு தலைவர் பேசியதை அனைவரும் ஏற்றுக்கொண்டனர்.

"வருகிற பார்வையாளர்களுக்கு நாம விழிப்புணர்வு ஏற்படுத்துறதால,

அவங்க நமக்கு உதவுறவங்களா எதிர்காலத்துல மாறணும். அதுதான் நம்ம நிகழ்ச்சியோட குறிக்கோள். சரி... சொல்லுங்க, யாரெல்லாம் நம்ம நிகழ்ச்சிக்குப் பார்வையாளரா வந்தா நம்ம மக்களுக்கு உதவியா இருக்கும்?"

"அது சரி...பார்வையாளரா வர்றவங்க நம்ம டான்ஸ், அழகிப் போட்டி இதையெல்லாம் பார்த்து என்ன புரிஞ்சிப்பாங்க?"

"அதுக்குத்தான் இந்த முறை நம்ம நிகழ்ச்சியில கலைநிகழ்ச்சி மட்டுமில்லாம விழிப்புணர்வுச் செய்திகளையும் தரப்போறோம். ஒரு டான்ஸ் முடிந்ததும் திருநங்கைகள் வாழ்க்கை நிலையைத் தொகுப்பாளர், பார்வையாளர்களுக்கு விளக்கணும். இதுக்காக நாம நெறைய தகவல்களைத் திரட்டி வச்சிருக்கணும்."

"ஆமாம்மா. நம்ம மக்கள்ல நெறைய பேரு காலேஜ் படிக்கிறாங்க, வேலைல இருக்காங்க. வக்கீல், போலீஸ் இப்படிப் பல துறைகளிலும் இருக்காங்களே, அதைப் பத்தி எல்லாம் சொல்லலாம்."

"நல்ல ஐடியா. அதோட, வாழ்க்கையில அந்த மாதிரி உயர்ந்தவங்கள இடையிடையே பேச வைக்கலாம். வேற ஊர்ல இருக்குற சாதித்த திருநங்கைகளைப் பேசவைத்து அந்த வீடியோவையும் நிகழ்ச்சியில் ஒளிபரப்பலாம்."

இப்படி எல்லாரும் ஆர்வமா சொல்றது நிகழ்ச்சி நடத்தும் முக்கியப் பொறுப்பில் உள்ளோருக்கு சந்தோஷமாக இருந்தது.

"நம்ம 'திருநங்கைகள் சங்கமம்' நிகழ்ச்சியோட பார்வையாளர்கள் யார் யார்னு எல்லாரும் சொல்லுங்க பார்க்கலாம்."

"மேடம், நம்ம அரசு அதிகாரிகள்" என்று கண்ணகி முதலில் சொன்னாள்.

"குறிப்பா செயலாளர்கள், அதான் ஐ.ஏ.எஸ். அதிகாரிகள்."

"சரி, அடுத்து?"

"லயன் சங்கம், ரோட்டரி சங்கம்."

"அருமை. இவங்க நெறைய புராஜெக்ட் பண்ணுவாங்க, கூப்பிடலாம். எதிர்காலத்துல நம்ம மக்களுக்கு ஏதாவது தொழிற்பயிற்சி ஆரம்பிக்க உதவுவாங்க."

"காலேஜ் தாளாளர்களைக் கூப்பிடலாம். அவங்க நம்மளைப் புரிஞ்சிக்கிட்டு அடுத்த வருஷம் நம்ம மக்களுக்கு காலேஜ்ல சீட் கொடுப்பாங்க."

"அதே மாதிரி கம்பெனி முதலாளிகள் வரட்டும். அவங்க வேலை கொடுப்பாங்க. படித்த திருநங்கைகளுக்கு வேலை கிடைக்க கார்ப்பரேட் கம்பெனி மனித வளத்துறையில இருக்கவங்களைக் கூப்பிடலாம்."

"அக்கா, இவ்ளோ சொல்றீங்களே, எனக்காக ஏதாவது சினிமா நடிகர்களைக் கூப்பிடுங்களேன்."

அவையில் சிரிப்பு அடங்க நேரமானது.

"கண்டிப்பா. இந்த மாதிரி நிகழ்ச்சிகளை ஊக்குவிக்க நிறைய நல்ல மனம் கொண்ட திரைத்துறையினர் உண்டு. அவங்களையும் கூப்பிடலாம். வழக்கறிஞர்கள், மருத்துவர்கள், உயர் பொறுப்பில் உள்ள காவல் துறையினர் என எல்லாரையும் அழைக்கலாம்."

❖❖❖

"எல்லாருக்கும் வணக்கம். நாம போன வாரம் எடுத்த லிஸ்ட்படி எல்லாப் பார்வையாளர்களையும் கூப்பிட்டாச்சு. நிகழ்ச்சிக்குத் தேவையான செலவுகளுக்கு ஒவ்வொருத்தரும் ஒரு பொறுப்பு எடுத்துக்கோங்க."

"அக்கா... எனக்குத் தெரிஞ்ச ஒரு பெரிய மனிதர் நம்ம அரங்கத்தோட செலவை ஏத்துக்கறேன்னு சொன்னாரு. மறக்காம அவரை மேடையில கூப்பிட்டு மரியாதை பண்ணிடுங்க."

"மேடம், எங்க ஏரியா தலைவர் சவுண்ட் சர்வீஸ் வச்சிருக்கார். அவரு மொத்த ரெக்கார்டிங், லைட்டு இதை எல்லாம் இலவசமா போட்டுத் தருவதா சொல்லிட்டார். அவர் கடையோட லோகோ தருவார். அதை மறக்காம பேனர்ல கொண்டு வந்துடுங்க."

"என் சொந்த மாமா, ஷீல்டு கடை வச்சிருக்கார். நம்ம விழாவுக்கு வர்றவங்களுக்கு அவர் மிகக் குறைந்த விலையில் ஷீல்டு கொடுக்குறேன்னு சொல்லியிருக்கார். மூணுல ஒரு பங்கு விலை கொடுத்தா போதுமாம்."

இப்படி ஒவ்வொருவரும் பேசப் பேச, நிகழ்ச்சி சிறப்பா நடக்கும்ங்கிற நம்பிக்கை எல்லாருக்குமே வந்துச்சு.

"இது பெரிய நிகழ்ச்சி. அதனால 50 தன்னார்வலர்கள் எல்லா வேலைகளையும் பிரிச்சி செய்யணும். அதுக்கு நம்ம அலுவலகத் தொடர்புல இருக்குற கல்லூரி மாணவர்கள் 25 பேரையும் இளம் திருநங்கைகள் 25 பேரையும் நியமிக்கலாம்"னு நிகழ்ச்சித் தலைவர் சொன்னதும் எல்லாரும் ஒப்புக்கிட்டாங்க.

"ஊடகம் மிக முக்கியம். நாம ஒரு அரங்கத்துல நடத்துற இந்த விழாவை உலக அரங்குல சொல்றவங்க அவங்கதான். அதனால, அவங்களுக்குத் தெளிவா தகவல் கொடுக்கணும் தலைவரே."

"நிச்சயமா. நான் அதைப் பார்த்துக்கறேன். அதே மாதிரி இந்த விழாவுல ஆயிரம் பேர் வரை வருவதால் போலீஸ் கமிஷனர்கிட்ட பேசிப் பாதுகாப்புக்கு ஏற்பாடு பண்ணிட்டேன். பேனரை ரோட்டுல வைக்கக் கூடாது. அரசின் சட்ட விதிகளை மதிச்சு, தீயணைப்புத்துறை உள்பட எல்லா அனுமதியையும் வாங்கிட்டோம்."

அவர்கள் விருப்பம்போலவே நிகழ்ச்சி அமைந்தது.

"திருநங்கைகள் இணைந்து இப்படி ஒரு விழாவை நடத்தியிருப்பது மிகப்பெரிய விஷயம். இதற்கு உண்டான வேலைகளையும் செலவையும் நீங்களே மேற்கொண்டது எனக்கு மட்டற்ற மகிழ்ச்சி. திருநங்கை

மக்களின் தேவைகள் என்ன என்பதை மிகத் தெளிவாகத் திருநங்கை தொகுப்பாளினியை வைத்துப் புள்ளிவிவரத்தோடு கூறியிருந்தது எனக்கு மிகப்பெரிய தெளிவைக் கொடுத்தது" என விழாவில் அமைச்சர் பேசினார்.

கதையல்ல நிஜம்

- கலைகளில் மிகுந்த ஆர்வம் திருநங்கைகளுக்கு உண்டு. இதற்கு முன்பு கலைகளில் சிறந்து விளங்கும் திருநங்கைகள் குறித்து இந்தத் தொடரிலேயே படித்துப் புரிந்துகொண்டிருப்பீர்கள். கிராமியம், பரதம், அழகிப் போட்டிகள், மேடைப் பாடகிகள், தொகுப்பாளினிகள் எனப் பல்வேறு திறன் படைத்த திருநங்கைகள் பலர் இந்தியாவில் உண்டு.

- தமிழகத்தில் பல்வேறு கலை நிகழ்வுகள் பல மாவட்டங்களில் நடப்பது உண்டு. சென்னையில் 2014இல் தொடர்ந்து 60 மணிநேரம் இடைநில்லாமல் சாதனை விழாக்களையும் திருநங்கை மக்கள் நடத்திய வரலாறு உண்டு.

- இது போன்ற கலை நிகழ்வுகளுக்குத் திரைத்துறையைச் சேர்ந்த நடிகர்கள் ராகவா லாரன்ஸ், விஜய் சேதுபதி, சரத்குமார், ரம்யா கிருஷ்ணன், சினேகா, ராதா, அம்பிகா, நளினி, சச்சு, வெண்ணிற ஆடை நிர்மலா, கஸ்தூரி, ஷகிலா, கலா மாஸ்டர், ஆர்த்தி கணேஷ், பாடகிகள் எஸ். ஜானகி, அனுராதா ஸ்ரீராம், இசையமைப்பாளர் தேவா உள்ளிட்ட பலர் கலந்துகொண்டுள்ளனர். இவர்கள் அந்த விழாக்களில், "திருநங்கைகள் நம்மைப் போன்றவர்கள்; அவர்களை அனைவரும் ஏற்றுக்கொள்ள வேண்டும்" எனப் பேசியது மக்களிடையே திருநர் சமூகத்தைப் பற்றிய விழிப்புணர்வை ஏற்படுத்தியது.

- தமிழகத்தைச் சேர்ந்த திருநங்கைக் கலைஞர்கள் இந்தியாவில் பல்வேறு மாநிலங்களில் சென்று கலை வளர்த்துள்ளனர். வீதி நாடகங்கள் மூலமாக அனைவருக்கும் கல்வி, பெண் குழந்தை பராமரிப்பு, ஸ்வச் பாரத் போன்ற பல திட்டங்களைக் கிராமப்புறங்களில் நடத்திய பெருமையும் நமது தமிழக திருநங்கைகளுக்கு உண்டு.

21

சாதிப்பதற்கு ஐந்து பேர்

“அடுத்த வாரம் கண்டிப்பாகப் பணம் கட்டிடுறேன்மா.”

“அடுத்த முறை லேட் ஆக்காதே காமினி. இது ஐந்து பேருடைய பணம். நீ வாங்கியிருக்குறது உள்கடனா இருந்தாலும் பரவாயில்லை, வெளிக்கடன். வங்கியில் அடுத்த முறையும் நாம சுயதொழிலுக்கு லோன் வாங்கணும் மறந்துடாதேம்மா” எனப் பிரதிநிதி எச்சரித்தார்.

“இந்த மாதம் நம்ம சுயஉதவிக் குழுக்களின் கூட்டமைப்புக் கூட்டம் நடக்கப்போகுது. அந்தக் கூட்டத்துல நானும் கலந்துக்கப் போறேன். அங்க என்ன பேசணும்னு எனக்குச் சொல்லுங்க” எனக் கேட்டார் பரிமளா அக்கா.

“அக்கா நம்ம திருநங்கைகள் சுயஉதவிக் குழுக்களைக் கூட்டமைப்பா பதிவு செய்ததற்கு அந்தச் சுயஉதவிக் குழுவுக்கு நன்றி சொல்லுங்க. நம்ம குழுவுல ரெண்டு பேரு ஹோட்டல் ஆரம்பிக்க 10 லட்சம் கேக்குறாங்க. அதை அங்கே சொல்லுங்க. கூட்டமைப்புக்கு லோன் கிடைத்தவுடன் நம்ம குழுவுக்கு அதை வாங்கிக் கொடுத்துடுங்க.”

“ரொம்ப சந்தோஷம். இந்தப் பணம் கிடைச்சா நிச்சயமா நாங்க

ரெண்டு பேரும் ரொம்பப் பெரிய ஆளா வந்துடுவோம்'' என்று மினியும் ராணியும் எல்லா உறுப்பினர்களையும் பார்த்துக் கூறினர்.

“போனமுறை அரசாங்கம் தொழில் ஆரம்பிக்கக் கொடுத்த 100 சதவீத மானியப் பணம் 50,000 ரூபாய் உங்க ரெண்டு பேருக்கும் வந்தது. அதை நீங்க வீண் பண்ணல. அந்த ஒரு லட்சத்தில் சமையல் பாத்திரம்தான் வாங்குனீங்க. அதனால, இந்த முறை இந்த லோனை உங்களுக்கு நாங்க எல்லாரும் வாங்கித் தருகிறோம். மினிராணி ஹோட்டல்னு ரெண்டு பேரும் சேர்ந்து ரெடி பண்ணிடுங்க'' என்று சிரித்துக்கொண்டே கூறினார் ஊக்குநர் பரிமளா அக்கா.

“அரசாங்கம் நம்ம திருநங்கைகள் வாழ்க்கையில முன்னேறணும்னு நம்ம குழுக்களுக்குத் தனிக்கவனம் செலுத்தி வராங்க. அதனால மினி, ராணி மட்டுமில்ல அடுத்த மூணு பேரும் சீக்கிரம் வெளிக்கடன் வாங்கி நல்ல தொழிலை ஆரம்பிக்கணும். சென்னை அம்பத்தூர்ல திருநங்கை சங்கரி அம்மா சுயஉதவிக் குழு மூலமா வங்கியில் லோன் எடுத்து அங்கேயே நர்சரி கார்டன் வச்சிருக்காங்க பாருங்க. அதுமாதிரி நாமளும் புதுப்புது தொழிலை ஆரம்பிக்கணும்.

தமிழ்நாடு மகளிர் மேம்பாட்டு நிறுவனம் மூலமா போனவாரம் ஒரு பயிற்சி நடத்தினாங்க. அதுல மாலினியும் நானும் கலந்துக்கிட்டோம். அதுல பினாயில், சோப்பு போன்றவற்றைத் தயாரிக்கக் கத்துக்கொடுத்தாங்க. இதுக்கு உள்கடனே போதும். சின்ன செலவுதான் ஆகுது.

குழுவோட அறிக்கை மற்றும் வரவு செலவுக் கணக்கை ஒவ்வொரு மாதமும் ஒருவர் பொறுப்பெடுத்து எழுதணும். இது ரொம்ப முக்கியம். தேசிய நகர்ப்புற வாழ்வாதார இயக்க (NULM) அதிகாரிகள் எப்போது வேணா இது குறித்து ஆய்வு செய்வார்கள். மேலும், நம்ம ஏரியாவுல இன்னும் ஐந்து குழுக்களை ஆரம்பிக்கணும்."

அரசாங்கத்துல இருந்து வந்த கடிதத்தை ஊக்குநர் பிரித்துப் படித்தார். அதில்,

'உங்கள் சுயஉதவிக் குழுவிற்கு எங்களின் மனமார்ந்த பாராட்டுக்கள். உங்கள் குழுவின் அறிக்கை, வரவு செலவு போன்றவை மிகவும் சிறப்பாக உள்ளன. மற்றக் குழுக்களுக்கு நீங்கள் உதாரணமாக உள்ளீர்கள். 'அனைவருக்கும் கல்வி' மற்றும் 'மகளிர் ஊக்கத்தொகை' பணிகள் போன்றவற்றிலும் உங்கள் குழுவினர் பங்கேற்க வேண்டும் எனக் கேட்டுக்கொள்கிறோம்' என்று எழுதப்பட்டிருந்தது.

படித்து முடித்த ஊக்குநர், அந்தக் கடிதம் மிகப்பெரிய ஊக்கத்தைக் கொடுத்ததாகக் கூறினார். "நாமும் இனிப் பொதுநிகழ்வுகளில் கலந்துகொள்ள வேண்டும்" எனத் தீர்மானித்துக் கூட்டத்தை முடித்துக்கொண்டார்.

கதையல்ல நிஜம்

◆ தேசிய நகர்ப்புற வாழ்வாதார இயக்கம் [NULM] இந்தியாவில் வறுமைக்கோட்டிற்குக் கீழ் உள்ள பெண்களை ஒருங்கிணைத்துச் சுயஉதவிக் குழுக்களை உருவாக்கிவருவது அனைவரும் அறிந்தது. இதனை நம் மாநிலத்தில் 'தமிழ்நாடு மகளிர் மேம்பாட்டு நிறுவனம்' மிகச் சிறப்பாகச் செயல்படுத்திவருகிறது.

◆ 12க்கும் மேற்பட்ட பெண்கள் ஒருங்கிணைந்து ஒரு சுயஉதவிக் குழுவைப் பதிவுசெய்து பயனடையலாம். ஆனால், திருநங்கைகள் குறைந்தது ஐந்து பேர் இருந்தாலே அதனை ஒரு குழுவாக அங்கீகரிக்கலாம் எனவும் அதற்கு 'சிறப்பு சுயஉதவிக் குழு' என்று பெயரும் வைத்தார் தமிழக முன்னாள்

முதல்வர் கருணாநிதி. அதற்கு அரசாணையும் வெளியிடப்பட்டது. இது ஒரு வரலாற்றுச் சிறப்புமிக்க நிகழ்வு.

◆ சென்னையில் TRA என்கிற அமைப்பைச் சார்ந்த திருநங்கை ஜீவாவும் 'தோழி' அமைப்பைச் சார்ந்த திருநங்கை சபிதாவும் திருநங்கைகளை ஒருங்கிணைத்து பல்வேறு சுயஉதவிக் குழுக்களை ஆரம்பித்து வருகின்றனர்.

▲ சபிதா

◆ இன்று பல திருநங்கைகள் சுயஉதவிக் குழுக்களின் மூலம் வங்கிக் கடனுதவி பெற்று சுய தொழில் செய்துவருவது நல்ல மாற்றமாக உள்ளது. சில வங்கிகள் திருநங்கைகளுக்குக் கடன் தரத் தயங்குகின்றனர் எனத் திருநங்கைகள் கூறுகின்றனர். வங்கிகள் திருநங்கைகளைப் புரிந்துகொண்டு குறைந்த வட்டியில் கடன் கொடுத்தால் அவர்களில் பலர் முன்னுக்கு வர வழியுண்டு.

◆ சென்னை 9ஆவது மண்டலத்தைச் சார்ந்த சுயஉதவிக் குழு சமுதாய அமைப்பாளர் புவனேஸ்வரி என்பவர் இந்தப் பகுதியில் உள்ள திருநங்கைகளைச் சுயஉதவிக் குழுக்களாக மாற்றிடப் பணிபுரிகிறார். இவர் இந்த வருடம் திருநங்கைகள் குழுவைத் தமிழகத்தின் சிறந்த குழுவாக ஆக்குவதைச் சவாலாக ஏற்றுப் பணிபுரிந்துவருகிறார்.

22

அன்னமிடும் கைகள்

"ரெண்டு தோசை, மீன் குழம்பு பத்து ரூபா. இட்லி வேணும்னா மூணு இட்லி மீன் குழம்பு அதே பத்து ரூபாதான்."

"மீன் வேணாம்னா மூணு ரூபா கொறைச்சிக்கோங்க சார்."

"நளினிம்மா டிபன் கடைன்னா சும்மாவா? அந்த ருசியும் அவங்க அன்போட பரிமாறுவதும் அடிச்சிக்க ஆளே இல்லையே. சரிங்கம்மா, உங்களுக்கு எப்படி இந்த சகாய விலை கட்டுப்படி ஆவுது?"

"அடேய் தம்பி, நீ நம்ம கடைலதான் தினமும் சாப்புடுற. அதனால உன்கிட்ட சொல்றதுல தப்பில்ல. நான் ஒரு தனி ஆளு, எனக்குப் பெருசா என்ன செலவு இருக்கப் போவுது? கடைல வேலை செய்றவங்க சம்பளம், அசல் இது போக எனக்குத் தேவைக்குப் பணம் வந்தா போதும்னு நெனைக்குறேன்டா. திருநங்கை நான் உழைச்சி வாழுறேன்னு மீன் மார்க்கெட்ல எனக்கு சகாய விலைல மீன் கொடுக்குறாங்க புண்ணியவானுங்க. அவங்க நல்லா இருக்கணும். கோயம்பேடு காய்கறி மார்க்கெட்லயும் எனக்கு அள்ளிக் கொடுக்குறாங்க. எங்களை மாதிரி திருநங்கைங்க சுயதொழில் செஞ்சா பொதுமக்கள் நெறைய உதவி செய்துடா ராஜா."

வாடிக்கையாளர் வந்ததும் நளினிம்மா பேச்சை நிறுத்திட்டு, வியாபாரத்திற்குச் சென்றார்.

“நளினிமா என் வீட்ல பொங்கலும் பூரியும் வாங்கிட்டு வரச் சொன்னா, கட்டிக் கொடுங்க.”

“நளினிம்மா உங்க கடை பூரி மட்டும் வெள்ளையா இல்லையே ஏன்? கோபால் கடைல வெள்ளையா இருக்கும்.”

“கண்ணு, பொதுவாவே மைதா மாவுல செய்யற பூரி உடம்புக்கு நல்லதல்ல. நான் கோதுமைல பூரி போட்டுத் தரேன். அது கலர் வேறயா இருக்கும். ஆனா உடம்புக்குப் பிரச்சினை வராது.”

“நளினிக்கா இந்த மாசம் உங்க சுய உதவிக்குழு லோன் முடியுது. அடுத்து லோன் வாங்க போறீங்களா?”

“ஆமா செண்பகம்... சிறு தானியத்துல ஸ்நாக்ஸ் போட்டு சாயந்திரத்துல விக்கலாம்னு இருக்கேன். ஸ்கூல் பசங்க நெறைய பேரு சாப்புடுவாங்க. அதுக்கு நம்ம திருநங்கை மல்லிகா வேலைக்கு வரேன்னு சொல்லியிருக்கா. அதுக்கான பொருள்கள் கொஞ்சம் வாங்கவேண்டி இருக்கு.”

“மல்லிகா மதுரைல இருந்து வந்தவ. அவளுக்கு இதைச் சுவையா போட வரும். அதனால லோன் தேவைதான்” என்று செண்பகம் ஆமோதித்தாள்.

“நளினிம்மா, இந்தக் கடைய பத்து வருசத்துக்கு முன்ன இங்க போடும்போது யாரும் கடை பக்கம் திரும்பிக்கூடப் பார்க்க மாட்டாங்க. அருவருப்பா முகத்தைச் சுளிச்சிக்கிட்டுக் கடையைத் தாண்டிப் போனவங்க எவ்ளோ பேரு தெரியுமா?”

“இதோ பாருங்கம்மா, நீங்க கடை போடுறீங்க, ஆனா இந்தக் கடை வாசல்ல உங்க ஆளுங்க வந்து உட்காரக் கூடாது. தேவை இல்லாம எந்த ஆம்பளையும் கடைல ரொம்ப நேரம் உட்காரக் கூடாது, புரிஞ்சிக்குங்க. ஒண்ணாம் தேதி ஆனா வாடகை சரியா வந்துடனும்னு என்கிட்ட சொன்னாங்க. ஆனா, பக்கத்து டீக் கடைல காலைல வந்தா சாயந்திரம் வரைக்கும் அவன் நண்பர்கள் இருக்காங்க. அது இந்த ஓனருக்குத் தெரியல. என்ன பண்றது, நாம கௌரவமா பிழைக்கணும் அவ்ளோதான்.”

“இதோ பாருமா, நீ டீ போட்டு விற்கக் கூடாது.”

மாதிரிப் படம்

"சரிங்க அண்ணா. என்னால உங்க வியாபாரம் கெடாது. உங்க கடை இருக்கும்போது நான் டீ போட மாட்டேன்."

"ஏய், உன் பேரு என்ன? ஆளு சூப்பரா இருக்க. எந்த ஊரு நீ?"

"அண்ணே, நான் சுய தொழில் செஞ்சி பிழைக்கிறேன். என்னை உங்க சகோதரியா பாருங்க. நான் வாழ்க்கைல முன்னேற அண்ணனுங்க நீங்கதான் உதவியா இருக்கணும்."

இது குறித்து நளினிம்மா யார்கிட்டயும் சொன்னது கிடையாது.

"சொல்றதால என்ன ஆகப்போகுது, அந்தப் பிரச்சினை சரியாகிடுச்சி அவ்ளோதானே. பொது இடத்துல வியாபாரம் செஞ்சா நல்லவனும் கெட்டவனும் மாறி மாறித்தான் வருவாங்க. நாமதான் புரிய வைக்கணும்."

"அக்கா எனக்கொரு கேள்வி. கடைல உணவு மீதி இருந்தா வேலை செய்றவங்க வீட்டுக்கு ஏன் குடுக்க மறுக்கறீங்க? அவங்க ஏழைங்கதானே. அவங்களுக்குக் கொடுத்தா என்ன?"

“அடியே செண்பகம், கடைல வேலை செய்றவங்கள நல்லா பாத்துப்பேன். அவங்க சாப்பிடலாம் ஆனா வீட்டுக்குக் கொடுக்க ஆரம்பிச்சா தினமும் டிபன் மீதியாகணும்னு மனசுல தோணும். அது மனித இயல்பு. அப்படி தினமும் மீதி ஆனா, நாம எப்படி லாபம் எடுக்க முடியும்?”

“அப்படின்னா தினமும் ரோடு பெருக்குற ரெண்டு பேருக்கு டிபன் சும்மா கொடுக்குறியே அது எதுக்கு?”

“அவங்க கான்ட்ராக்ட் பணியாளர் செண்பகம். அதிக சம்பளம் இல்ல. அதோட என் கடைல எவ்ளோ குப்பைனாலும் முகம் சுளிக்காம சுத்தம் பண்ணிடுறாங்க.”

“அக்கா ஒரே கல்லுல ரெண்டு மாங்காய் அடிக்கிற நீ. பொழைக்கத் தெரிஞ்சவக்கா.”

கடை திறப்புவிழாவில், “நளினியம்மா சிறுதானியச் சிற்றுண்டிக் கடையை நான் தொடங்கி வைப்பதில் பெருமை கொள்கிறேன். இந்த விழாவிற்கு வந்திருக்கும் இந்த ஏரியா கவுன்சிலர் அவர்களையும், நம்ம ஸ்டேஷன் இன்ஸ்பெக்டர் அவர்களையும் பெருமையோடு வரவேற்கிறேன். திருநங்கை நளினியம்மா அவர்களின் இந்தத் தொழிலுக்குத் தொடர்ந்து எதிர்காலத்தில் தேவைப்படும் உதவிகளை நாம் அனைவரும் சேர்ந்து செய்திடுவோம் என உறுதி கூறுகிறேன்” என்று மேயர் பேசிவிட்டு அமர்ந்தார்.

விழாவிற்கு வந்திருந்த அனைவருக்கும் பொன்னாடை போர்த்தி கௌரவித்தார் கடையின் கட்டிட உரிமையாளர்.

கதையல்ல நிஜம்

- திருநங்கைகள் பலர் மாற்றுத் தொழிலைத் திறம்படச் செய்கின்றனர் என்பதை உணர்த்திடவே இந்தக் கதை. சமையலில் அதிக விருப்பத்துடன் பல திருநங்கைகள் உள்ளனர். விழாக்களுக்கு ஆர்டர் எடுத்துச் சமைத்துக் கொடுப்பது, தள்ளுவண்டிக் கடைகள், வாடகை உணவகங்கள் என இத்தொழிலில் பலர் உள்ளனர்.
- சென்னையில் அருணாராணி எனும் திருநங்கை தமிழ்நாடு, ஆந்திரம், கேரளம் மற்றும் வட இந்தியச் சமையல் என அசத்தல் கடை ஒன்றினை நடத்துகிறார். வட சென்னையைச் சேர்ந்த மகா அம்மாள் அதிக மக்கள்

உள்ள இடத்தில் அசைவ உணவு வகைகளை அருமையாகச் சமைத்து குறைந்த விலைக்கு விற்றுவருகிறார்.

- கோயம்புத்தூர் உக்கடம் பகுதியில் உள்ள மதனா அம்மாள், ராஜு அம்மாள் போன்றவர்கள் பிரியாணி மாஸ்டர்கள். மேட்டுப்பாளையம் ரோஜா அக்கா, சுகன்யா போன்றோர் செய்யும் மட்டன் பிரியாணி, கத்திரிக்காய் பச்சடி, பூசணிக்காய் அல்வா மூன்றும் சேர்த்துச் சாப்பிட நமக்குக் கொடுப்பினை வேண்டும்.

- தமிழக அரசின் சமூக நலத்துறை திருநங்கை மக்கள் பலருக்கு இதுபோன்ற சுய தொழிற்பயிற்சி அளித்து, அதைத் தொழிலாகச் செய்திட ரூபாய் 50,000 வரை நிதியுதவியும் அளிக்கிறது. அந்தப் பணத்தைத் திருப்பி அளிக்க வேண்டியதும் இல்லை.

- CGI எனும் தனியார் நிறுவனம் 300க்கும் மேற்பட்ட திருநங்கைகளுக்கு 15 வகையான திறன் மேம்பாட்டுப் பயிற்சியினை வழங்கிவருகிறது என்பதும் குறிப்பிடத்தக்கது.

- மத்திய அரசு SMILE [Support for Marginalized Individuals for Livelihood and Enterprise] எனும் திட்டத்தின் மூலமாக ஆர்வமுள்ள திருநங்கைகள், திருநம்பிகளுக்குத் தொழிற்பயிற்சியை வழங்கிவருகிறது.

23

பெண்ணாகப் பிறந்துவிட்டு ஏன் ஆணாக மாறவேண்டும்?

"நாங்க இப்போதான் உங்களை மாதிரி பார்க்கிறோம். நீங்க பேசுறது எங்களுக்குக் கொஞ்சம் புதுசா இருக்கு. எங்க கல்லூரியில் பல திருநங்கை அக்காக்கள் வந்து பேசியிருக்காங்க. அது எங்களுக்குப் பழகிய விஷயம்."

"ஆமாம், நீங்கள் எல்லாருமே மூன்றாம் பாலினத்தவர் என்றாலே திருநங்கைகளைத்தான் சொல்றாங்கனு நினைச்சுக்கிறீங்க. நாங்கள் பிறப்பால் பெண்ணாகவும் மனதால் ஆணாகவும் வாழக்கூடியவர்கள். எங்களைத் திருநம்பிகள் என அழைக்கவேண்டும். மூன்றாம் பாலினத்தவர் என்பது திருநங்கைகள், திருநம்பிகள் ஆகியோரை உள்ளடக்கியது என நீங்கள் புரிந்துகொண்டால் போதும்" என்று நவீன் பதில் அளித்ததும், அடுத்த மாணவி ஒருவர் எழுந்து வேறு கேள்வி கேட்டார்.

"நீங்கள் ஏன் அப்படி அறுவை சிகிச்சை செய்து மாற வேண்டும்? அப்படியே இருந்துவிடக் கூடாதா?"

"மனதும் உடலும் வெவ்வேறாக இருந்தால் அதென்ன வாழ்க்கை? நான் டாக்டர் ஆகலாம் என்றிருந்தேன். ஆனால், வழக்கறிஞராகிவிட்டேன் என்பதுபோல் அல்ல இது. ஆணாகப் பிறக்க வேண்டிய நான்

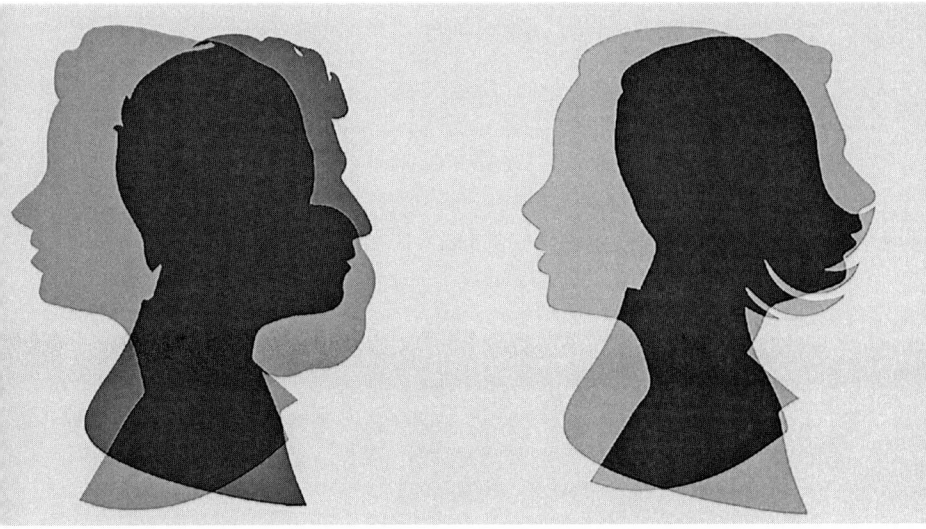

பெண்ணாகப் பிறந்துவிட்டேன். இதை நான் அப்படியே விட்டுவிட முடியாதே. அது மிகப்பெரிய மன உளைச்சல் ஆயிற்றே."

"உங்கள் அறுவை சிகிச்சை முறை குறித்துக் கூறுங்களேன்."

"என்னைப் போன்று தன்னை ஆணாக மாற்றிக்கொள்ள விழையும் திருநம்பிகள் சில அறுவை சிகிச்சை முறைகளை மேற்கொள்கின்றனர். மார்பகம், கருப்பை, சினைப்பை ஆகியவற்றை நீக்கிவிடுவோம். அடுத்ததாக, பால் உறுதி அறுவை சிகிச்சை. இது உறுப்பு மாற்று அறுவை சிகிச்சைக்கு ஈடாகும். இதை எல்லாத் திருநம்பிகளும் மேற்கொள்ள இயலவில்லை. காரணம், இது இந்தியாவில் சாதாரணமாகக் கிடைப்பதில்லை."

"உங்களை நாங்கள் எவ்வாறு அழைக்க வேண்டும் நவீன்?" என்று ஒரு மாணவி நவீனைக் கேட்டாள்.

"நான் ஆணாக உணர்வதால் என்னை நீங்கள் ஆண்பால் கொண்டு அழைக்கவேண்டும். நீங்கள் சமூகத்தில் சந்திக்கும் ஆண்களின் வயதைக் கருத்தில்கொண்டு தம்பி, அண்ணன், ஐயா என அழைப்பீர்கள் அல்லவா? அதுபோல் எங்களையும் அழைக்கலாம்."

நவீன் தொடர்ந்து பேசினார். "திருநம்பிகள் தங்களின் மாறிவரும் நிலைக்கு முன்னர் குறிப்பாக, அவர்கள் பெற்றோருடன் இருக்கையில்

பாவாடை தாவணி, சுடிதார் அல்லது புடவையில் இருப்பார்கள். அவர்கள் தங்களைத் திருநம்பி என உங்களிடம் அறிமுகம் செய்துகொண்டால் அவர்களையும் ஆண் பதம் கொண்டு அழைக்கலாம். குறிப்பாகச் சில இடங்களில் நீங்கள் சந்திக்கும் மூன்றாம் பாலினத்தோரை எப்படி அழைப்பது எனக் குழப்பம் இருந்தால் வாங்க, போங்க எனப் பொதுவாக அழைப்பதும் சிறந்தது."

விழிப்புணர்வுக் கூட்டம் முடிந்தவுடன் கல்லூரித் தாளாளர் நன்றி கூறுகையில், "பல இடங்களில் திருநம்பி என்கிற வார்த்தையைக் கேள்விப்படுகிறோம். இன்று அந்தத் திருநம்பி ஒருவரையே நேரில் சந்தித்துப் பல தகவல்களை நாம் புரிந்துகொண்டோம். உணவு, உடை, திருமணம் போன்றவற்றைத் தேர்வுசெய்யும் உரிமை எப்படி ஒரு தனிமனிதனுக்கு உள்ளதோ அதைப் போன்றதுதான் அவர்களின் இனத்தைக் குறித்து அவர்கள் சுதந்திரமாகப் பேசும் உரிமையும். இதை நாம் அனைவரும் புரிந்துகொண்டு திருநம்பிகளை அரவணைத்து அன்பு காட்ட வேண்டும்" என்றார்.

மிகச் சிறப்பாக அந்தக் கூட்டம் முடிவடைந்தது.

கதையல்ல நிஜம்

◆ திருநம்பிகளுக்கு மார்பகங்கள் நீக்கும் அறுவை சிகிச்சை முக்கியமான தேவை. இதற்கான மருத்துவச் சொல் 'Double incision mastectomy'. இதைத் தனியார் மருத்துவமனையில் மேற்கொள்ள 50,000 ரூபாய் முதல் 1,50,000 ரூபாய் வரை செலவாகிறது. தமிழகத்தில் இந்தச் சிகிச்சை சில அரசு மருத்துவமனைகளில் உள்ளது. ஆனால், பெரும்பாலான திருநம்பிகள் தனியார் மருத்துவமனைகளில் இதை மேற்கொள்கின்றனர்.

◆ அடுத்ததாகக் கருப்பை, சினைப்பை, கருக்குழாய் ஆகியவற்றை அகற்றும் அறுவை சிகிச்சைகளும் அவசியம். இதன் மருத்துவப் பெயர் 'Total Hysterectomy' ஆகும்.

◆ பாலின உறுதி அறுவை சிகிச்சையில் திருநம்பிகளுக்கு 'Penis reconstruction' என்கிற ஒன்று உண்டு. Phalloplasty அல்லது Metoidioplasty என்கிற மருத்துவப் பெயர்களில் இவை உள்ளன. ஆனால், இது இந்தியாவில் அவ்வளவாக நடைமுறையில் இல்லை. இதனை மேற்கொள்ள திருநம்பிகள் மிகுந்த சிரமத்திற்கு உள்ளாக

வேண்டியுள்ளது. இதற்குப் பல லட்சம் ரூபாய் செலவும் ஆகிறது.

- ◆ திருநம்பிகள் பொருளாதாரத்தில் பின்தங்கியே காணப்படுகிறார்கள். நிறைய படித்த திருநம்பிகளும் தங்களது பாலினத்தை வெளிகாட்டாமல் வேலை செய்துவருகின்றனர். இந்த நிலை மாற வேண்டும்.

- ◆ ஏன் இந்தப் பெண் தன்னை ஆணாக நினைக்கவேண்டும் என்கிற பொதுப்புத்தியில் இருந்து விலகி, அந்த எண்ணம் உள்ளவர்கள் திருநம்பிகள் என்பதைப் புரிந்துகொண்டு அவர்களை ஏற்றுக்கொள்ள வேண்டும்.

- ◆ திருநங்கைகள் 'ஜமாத்' என்கிற குழுவில் இணைந்து ஒருவருக்கொருவர் உதவியாக வாழ்கின்றனர். இதுபோன்ற 'ஜமாத்' திருநம்பிகளுக்குக் கிடையாது. மேலும், பெண்ணுடையில் ஒரு திருநம்பி வீட்டைவிட்டு வெளியேறி வேறொரு வீடு பிடித்துத் தனக்கான பால் உறுதி சிகிச்சைகளை மேற்கொள்வது மிகக் கடினம்.

- ◆ இவர்களுக்கான பால் உறுதி அறுவை சிகிச்சை முறைகளை மேற்கொள்ளும் மருத்துவர்கள் இந்தியாவில் மிகக் குறைவாக உள்ளதால் இவர்களின் பாதுகாப்பு கேள்விக்குறியாக இருக்கிறது என்பதை நாம் மனதில்கொண்டு திருநம்பி என அறிந்தவுடன் அவருக்கான தேவைகளை உடனிருந்து பூர்த்திசெய்திட பெற்றோர் முன்வர வேண்டும்.

- ◆ தமிழக அரசு சென்னை, மதுரை போன்ற பெருநகர அரசு மருத்துவமனைகளில் மூன்றாம் பாலினத்தவருக்குச் சிறப்பு சிகிச்சைப் பிரிவு உருவாக்கியுள்ளது வரவேற்கத்தக்கது.

24

திருநங்கையை மணத்தல் தீதோ?

“உங்க ரெண்டு பேருக்கும் என்னதான் பிரச்சினை?”

“எனக்கு ஒண்ணும் இல்லை மேடம். ஆனா, இவர்தான் முன்ன மாதிரி இல்லை. ஒரு காலத்துல நான்தான் எல்லாமே என்று இருந்தவர் இப்போல்லாம் என்னை வெறுக்கிறார்.”

“ஏன் கண்ணன் நீங்க இப்படி நடந்துக்குறீங்க?”

கண்ணன் அமைதியாகவே இருந்தார்.

“அவர் எப்படி மேடம் பேசுவார்? அவருக்கு என் மேல் குறை சொல்ல என்ன இருக்கு? இவர்தான் வாழ்க்கைன்னு நான் நெனச்சேன். எனக்கும் ஒரு துணை வேணும்னு நான் இவரைத் தேர்வு பண்ணலை. இது தானா அமைந்தது. இவரைப் பார்த்ததுமே எனக்குப் பிடித்துவிட்டது” என்று திவ்யா கண்கலங்கியபடி பேசினாள்.

“நானும் திவ்யாவை வெறுக்கலை. ஆனா, நல்ல நண்பர்களா தொடர்ந்து இருப்போம்னுதான் நெனக்கிறேன். அவங்க வீட்ல அவங்களும் என் வீட்ல நானும் இருக்கிறோம்.”

"அது எப்படி நண்பர்களாக இருக்க முடியும்? இவ்வளவு நாள் நாம அப்படி இல்லையே? இந்த ஊரு உலகமே சொல்லுமே திவ்யாவும் கண்ணனும் எப்படி வாழ்ந்தாங்கன்னு."

"நீ ஏன் மனசு மாற மாட்டேங்குறே?" என்று கண்ணன் திவ்யாவைப் பார்த்துக் கேட்க, "என்னால முடியல. என்னை என் வீட்டார் வெறுத்து

ஒதுக்குனாங்க. அப்போ பிழைப்பிற்குக் கடை கடையாகக் காசு கேட்டு வாழ்ந்தபோதுகூட நான் இவ்ளோ மனம் நொந்ததில்லை. ஆனா இப்போ என்னால முடியல'' என்று திவ்யா அழ ஆரம்பித்தாள்.

◆◆◆

“ஏண்டா அறிவு கெட்டவனே. இன்னாடா இந்த மாதிரி ஆளுங்களோட பழக்கம் வச்சிருக்கே?''

“மாமா அப்படிச் சொல்லாதீங்க. அவங்களும் நம்மளை மாதிரி மனுஷங்கதான். அவ என் தோழி. நீங்க அவளைத் திட்டினா என்னைத் திட்டுற மாதிரி.''

“உன்ன என் நண்பன்னு சொல்லவே எனக்கு வெட்கமா இருக்கு. இது மாதிரி ஒரு ஆளை மனைவின்னு சொல்றே. இதோ பாரு ஏதோ பழகினோமா இருந்தோமான்னு விட்டுட்டு வந்துடு'' - இது கண்ணனின் நெருங்கிய நண்பன் பேச்சு.

“அவ பேரு என்னடா மச்சான்?''

“திவ்யா''

“பிடிச்சாலும் பார்க்க சூப்பரா ஒரு திருநங்கையைப் பிடிச்சிருக்கே. சரி விடு நாம எங்காவது வெளில டூர் போகும்போது அவளையும் கூட்டிட்டு வா.''

“இதோ பாருடா உன் பேச்சு சரியில்லை. நானும் அவளும் சேர்ந்து வாழுறோம் புரிஞ்சிக்கோ.''

கண்ணனுக்கு எரிச்சலாக வந்தது.

‘இதோ பாருங்க இந்தப் பேச்சை இதோடு விடுங்க. இங்க பாருங்க இது என் வாழ்க்கை, இதைப் பத்தி நீங்க கவலைப்படாதீங்க. இது என் பிரச்சினை, உங்களுக்கு என்ன வந்தது?' - இப்படியே எத்தனை பேருக்குச் சொல்வது?

என்னால தினம் தினம் எல்லாருக்கும் பதில் சொல்ல முடியலையே.

ஒரு நாள் என் கம்பெனி முதலாளி, ‘கண்ணா நீ நல்லா வேலை செய்வே எனக்குத் தெரியும். ஆனா கம்பனிக்கு வரும்போது காலைல சாப்பாடு எடுத்துட்டு வந்துடு. இல்லைனா என் வீட்ல இருந்து உனக்கும் சேர்த்து கொடுக்கச் சொல்றேன்'னு சொன்னார்.

எனக்குச் சுர்ருன்னு கோபம் வந்தது. “சார் கவலைப்படாதீங்க.

மதியம் சாப்பாடு எடுத்துட்டு திவ்யா இனி கம்பெனிக்கு வர மாட்டா. நான் ஹோட்டல்ல சாப்ட்டுக்குறேன்.''

''கண்ணா, ஏன்டா டென்சன் ஆகுற? ஓனர் நிலைமையை யோசிடா. நேத்து திவ்யா இங்க சோறு எடுத்துவந்த நேரத்துல ஓனருக்கு வேலை கொடுக்குற கம்பெனி முதலாளிங்க வந்திருந்தாங்க, அவங்க திவ்யாவை ஒரு மாதிரி பார்த்தாங்கடா'' என்று கண்ணனின் நண்பன் ராம் சமாளித்தான்.

''ஏம்மா கடை திறந்ததும் திறக்காததும் இப்போதாம்மா ரெண்டு திருநங்கைங்க வந்து காசு வாங்கிட்டுப் போனாங்க. போங்கம்மா அப்புறம் வாங்க. சார் நீங்க உள்ள வாங்க.''

''சார் அவ என் மனைவி. நாங்க உங்க கடையில பொருள்கள் வாங்க வர்றோம். நீங்க ஏன் இப்படிப் பேசுறீங்க?''

கடை ஓனர் மன்னிப்பு கேட்டாலும் அந்தக் கடையில் நிற்க மனசில்லாமல் கண்ணன் திவ்யாவை வேறு கடைக்கு அழைத்துச் சென்றான்.

◆◆◆

''இப்போ சொல்லுங்க மேடம். நீங்க நல்ல ஆலோசகர், இப்படி எல்லாம் நான் பிரச்சினைகளை அனுபவிக்கிறேன்னு அவகிட்ட சொல்ல முடியல மேடம். நல்ல வேளை நீங்க என்னைத் தனியா கூப்பிட்டுப் பேசுறீங்க, அதனால உங்ககிட்ட எல்லாத்தையும் சொல்லிட்டேன். அவகிட்ட சொன்னா அவ மனசு கஷ்டபப்படும். தயவுசெய்து நீங்க இதையெல்லாம் அவ கிட்ட சொல்லாதீங்க.''

''சரி, வெளியில இருங்க கண்ணன்.''

''மேடம், எதுக்கு இப்போ என்கிட்ட தனியா பேசப்போறீங்க? நீங்க என்ன பேசினாலும் நான் கண்ணனை விட்டு வாழ முடியாது. அவன்கிட்ட சொல்லி எங்களைச் சேர்த்து வையுங்க மேடம்'' என்று திவ்யா மறுபடி அழ ஆரம்பித்தாள்.

திவ்யா-கண்ணன் இருவரும் ஒருவழியாகப் பிரிந்தார்கள். தொடர்ந்து பேசி திவ்யா தற்கொலைக்குப் போகாமல் பார்த்துக்கொண்டது இந்த ஆலோசனை மையத்தோட வெற்றி. கண்ணனும் திவ்யாவும் யாருடைய வாழ்விலும் தலையிடவில்லை, ஆனாலும் அவர்கள் தண்டனையை அனுபவித்தார்கள்.

கதையல்ல நிஜம்

◆ இரு மனங்கள் சேர்ந்து வாழ்தலே திருமணம். ஆனால், இது மூன்றாம் பாலினத்தவருக்கு மட்டும் விமர்சனத்தை உண்டாக்குகிறது. இது அவர்களது வாழ்க்கை என மற்றவர்கள் அமைதியாக இருப்பது உத்தமம். அவர்கள் தங்களுக்குப் பிடித்தவர்களைத் திருமணம் புரிந்துகொண்டு வாழலாம் என 2023இல் உச்ச நீதிமன்றம் தீர்ப்பளித்துள்ளது.

◆ எந்த ஒரு திருநங்கையும் விருப்பம் இல்லாதவர்களைத் தன்னோடு சேர்ந்து வாழ வற்புறுத்துவது கிடையாது. அவ்வாறு இணைந்து வாழ்ந்தால் அந்த ஆண், சமூகத்தில் கிண்டலுக்கு ஆளாகிறான். சாலையில் திருநங்கையுடன் ஒருவர் பேசினாலே அந்த ஆணைச் சிலர் கேலியாகப் பார்ப்பதையும் நான் கண்டிருக்கிறேன்.

◆ 100 திருநங்கைகள் அவரவர் மனதுக்குப் பிடித்த ஆணைத் திருமணம் புரிந்தோ, இணைந்தோ வாழ்கிறார்கள் என்று வைத்துக்கொள்வோம். அவர்களில் 90 சதவீதத்துக்கும் மேலானோர் தொடர்ந்து சேர்ந்து இருப்பதில்லை. இதற்குச் சமூக இழிவுகளே காரணம்.

◆ பல திருநங்கைகள் தங்களுடைய கணவன் / காதலன் பிரிந்து போனதால் தற்கொலை செய்துகொண்டுள்ளனர். எல்லா இடங்களிலும் இன்னலை அனுபவித்துத் திருநங்கையாக பெண் உடை உடுத்தி வீதியில் இறங்கியவர்களுக்குப் பெண் என்கிற அடையாளத்துடன் எனது மனைவி என்று ஒருவன் உரிமை கொண்டாடும்போது மிகுந்த மகிழ்ச்சி அடைகின்றனர். அதைத் தக்கவைக்க முடியாதபோது அவர்கள் அடையும் வேதனைக்கு எல்லையில்லை.

25

கல்வி: திருநர் எதிர்கொள்ளும் தடைகள்

"இந்தக் கல்லூரியில எங்களுக்கு இடம் கிடைச்சது ரொம்பப் பெருமையா இருக்கு. உங்க எல்லாருக்கும் மிக்க நன்றி."

"ரொம்ப சந்தோஷம். மைதிலி, ரம்யா நீங்க ரெண்டு பேரும் நன்றி சொல்றது ஒரு பக்கம் இருந்தாலும் அரியர்ஸ் இல்லாம சிறப்பா படிக்கணும். அதுதான் மிக முக்கியம். இந்தக் கல்லூரி தமிழகத்தில் நல்ல பெயர் பெற்ற கல்லூரி என்பதை நினைவில் வைத்துக்கொள்ளுங்கள்."

"நிச்சயமா சார்! நாங்க நல்ல பேரு வாங்குவோம். எங்களுக்கு இன்னொரு உதவி சார், அதைச் செய்ய முடியுமா பாருங்க. எனக்கு எங்க வீட்ல எந்தப் பிரச்சினையும் இல்லை. என்னை ஏத்துக்கிட்டாங்க. ஆனா, மைதிலியை அவங்க குடும்பம் ஏத்துக்கல. அவளுக்கு நம்ம கல்லூரி ஹாஸ்டல்ல இடம் கிடைக்குமா?"

"பிரச்சினை இல்லை. ஏற்பாடு பண்றோம். கொஞ்சம் பொறுங்க."

"மைதிலி, நீ கவலைப்படாதே, சார் சொல்லிட்டாருல்ல. ஹாஸ்டல் கிடைச்சுடும். அதுவரை என் வீட்ல இரு, எங்கம்மாகிட்ட நான் சொல்லிட்டேன்" என்றார் ரம்யா.

"ரம்யாக்கா, மைதிலிக்கா உங்க ரெண்டு பேரையும் பார்த்தா எங்களுக்குப் பெருமையா இருக்கு. நீங்க இந்தக் கல்லூரில படிக்கிறது

உங்களை மாதிரி இருக்குற மத்த திருநங்கைகளுக்கும் பெருமையா இருக்கும். வாழ்த்துகள்" - இது சக மாணவியர்.

"இப்படிதான்கா எல்லாரும் வெளில வரணும். நாங்க எல்லாரும் உங்களுக்கு சப்போர்ட்டா இருக்கோம், கவலைப்படாதீங்க. எந்த உதவினாலும் கேளுங்க" - இது யூனியன் லீடர் மித்ரா.

"நான் இங்க 15 வருசமா விரிவுரையாளரா இருக்கேன். ஆனா, இப்போதான் ரொம்ப சந்தோஷப்படுறேன். நீங்க என் வகுப்புல படிக்கிறது எனக்கு ஆத்ம திருப்தியா இருக்கு" - இது கல்லூரிப் பேராசிரியர் மல்லிகா.

"ரம்யாக்கா கல்லூரிக்குள் வர்றவரைக்கும் இவ்வளவு வரவேற்பு இருக்கும்னு எனக்குத் தெரியாது. இவங்க எல்லாம் எவ்வளவு மகிழ்ச்சியா நம்மகிட்ட நடந்துக்குறாங்க பாருங்க."

"ஆமா மைதிலி. இதெல்லாம் வெளில இருக்குற இளம் திருநங்கைகளுக்குத் தெரிஞ்சா நெறய பேரு படிக்க வருவாங்க."

"மைதிலிக்கு ஹாஸ்டல்ல தனி ரூம் கிடைக்கல. இன்னும் கொஞ்ச நாள் பொறுங்க, ஏதாவது ரூம் காலியாகும்."

சார் இப்படிச் சொன்னதும் அதிர்ச்சியான மைதிலி, "சார்.. மிலா ரூம்ல அவ ஒருத்திதான் இருக்கா. அங்கே நான் தங்கிக்கவா?"

"வெயிட் பண்ணுங்க. நான் சொல்றேன்."

சார் பிடி கொடுக்காமல் பேசியது ரம்யாவுக்கும் மைதிலிக்கும் குழப்பமாக இருந்தது.

"ரம்யாக்கா, ஒருவேளை நான் ஆணுடையில இருக்குறதால சார் யோசிக்கிறாரோ?"

"இருக்கலாம். ஆணுடையில இருந்தாலும் நீ மைதிலிதானே. அது மத்தவங்களுக்குப் புரியலையா?"

"புரியுது ரம்யாக்கா. ஆனா உங்களுக்கும் எனக்கும் வித்தியாசம் பார்க்குறாங்க. நேத்து நான் பாத்ரூம் உள்ள போனதும் மிலா, நேகா எல்லாரும் வெளியில வந்து நின்னுட்டு நான் வெளில வந்ததும் உள்ள போனாங்க தெரியுமா?"

"எனக்கும் ஸ்கூல்ல இது மாதிரி நெறைய நடந்துருக்கு மைதிலி. டாய்லெட்ல என் பெயரை எழுதி, பக்கத்துல 9னு நம்பர் போட்டிருக்கும். எங்க வீட்ல என்னைய ஏத்துக்கிட்டதால எனக்கு அந்தப் பிரச்சினை பெருசா தெரியல."

"எங்க ஸ்கூல்ல என்னைப் பார்த்து பசங்க 'ஊரோரம் புளியமரம்'னு அடிக்கடி பாடுவாங்க. அதை ஒருதடவை என் வீட்ல சொன்னதுக்குக் காரணமே இல்லாம என்னை அடிச்சாங்க ரம்யாக்கா. எனக்கு நாளைக்கு ஸ்கூல் போகணும்னா இன்னைக்கே கவலை வந்துடும். இருந்தாலும் போராடித்தான் பிளஸ் 2 வரை படிச்சேன்கா."

"அதுக்குத்தான்டி சொல்றேன் மைதிலி. நீ சீக்கிரம் என்னை மாதிரி மாறிடு. முடி வளர்த்து, ஆபரேஷன் பண்ணிடு."

"எங்க வீட்ல ஏத்துக்காமதானே நான் இன்னும் எதுவும் பண்ணல. இல்லனா 19 வயசுலயே பண்ணிருப்பேனே. சீக்கிரம் இதெல்லாம் பண்ணிடணும்னா இப்ப எப்படி முடியும்? என்னை வீட்டைவிட்டு அனுப்பிட்டாங்க. நான் பணத்துக்கு எங்கே போவேன்?"

"கவலைப்படாதே மைதிலி. அதெல்லாம் அப்புறம் பார்த்துக்கலாம். ஆனா முடியை மட்டும் இப்போ வளர்த்துக்கோ. நான் என்கிட்ட இருக்குற சுடிதார் ரெண்டு செட் தரேன்... போட்டுக்கோ."

ரம்யாவின் கையை இறுகப் பிடித்தபடி மைதிலி தனது வகுப்பறைக்குள் நுழைந்தாள்.

கதையல்ல நிஜம்

◆ திருநங்கை என ஒருவர் தன்னை அறிமுகம் செய்துகொண்டால் அவர் புடவை கட்டி இருக்க வேண்டும், அப்போதுதான் அவர் திருநங்கை எனப் பொதுச்சமூகம் நினைக்கிறது. ஆணுடையில் இருந்து பெண் தன்மையை உணர்ந்து அவர் தன்னைத் திருநங்கை என்றாலும், பெண் பெயர் வைத்துக்கொண்டாலும் அவர் திருநங்கைதான். உச்ச நீதிமன்றமும், மூன்றாம் பாலினத்தவர் பாதுகாப்புச் சட்டமும் இதைத்தான் சொல்கின்றன.

◆ 18 வயதுக்குக் கீழ் உள்ள திருநங்கைத் தன்மை உடைய குழந்தைகள், 'Gender Non-Confirming Children' ஆவர். ஆனால், இந்த வயதில் அவர்கள் கல்வி கற்கும்போது ஆணுடையில்தான் இருப்பர். பெண் போன்ற நடை உடையும் பேச்சும் இருக்கலாம். அந்த வயதில் அவர்களை நாமும் திருநங்கை என அடையாளப்படுத்த முடியாது. அவர்களுடைய பெற்றோர் கண்டறிந்தால், அவர்கள் தங்கள் குழந்தை திருநங்கைத் தன்மையுடன் இருக்கிறது எனக் கூறலாம்.

◆ ஆனால், அவ்வாறான குழந்தைகள் பெண் தன்மையுடன் காணப்பட்டால், குறிப்பாகப் பள்ளிகளில் ஆசிரியர்கள் அவர்களுக்குச் சிறப்புக் கவனம் செலுத்தி, மற்ற மாணவர்களின் ஒதுக்குதலுக்கு அவர்கள் ஆளாகாமல் பார்த்துக்கொள்வது அவசியம். கல்லூரிகளில் இக்குழந்தைகள் பெரும்பாலும் 18 வயதைக் கடந்தவர்களாக இருப்பார்கள். அங்கே சக மாணாக்கர் தற்போதய சூழலில் கனிவுடன் நடத்துகின்றனர்.

◆ இக்கதையில் வருவதுபோல் ஆணுடையில் இருந்தால் அவர்களைச் சிறிதும் தள்ளிவைப்பது கூடாது. காரணம், இந்த நேரத்தில் இதுபோன்ற புறக்கணிப்பால் அவர்களது கல்வி தடைபட்டுவிடக் கூடாது.

◆ தமிழக அரசு ஒரு லட்சம் ஆசிரியர்களுக்கு மூன்றாம் பாலினத்தவர் குறித்த விழிப்புணர்வை ஏற்படுத்தவுள்ளது. மேலும் திருநங்கை, திருநம்பியருக்கு உயர்கல்விக்கான கட்டணச் செலவைத் தமிழக அரசே ஏற்க உள்ளது. இவையெல்லாம் மிகச் சிறப்பான முன்னகர்வுகள்.

◆ 2015ஆம் ஆண்டு முதல் திருநங்கைகளுக்கும் திருநம்பிகளுக்கும் சென்னை லயோலா கல்லூரி இலவச உயர்கல்வியை வழங்கிவருகிறது. விடுதி வசதியோடு கல்வியை வழங்குகிறது. திருநெல்வேலியில் உள்ள மனோன்மணியம் சுந்தரனார் பல்கலைக்கழகம் 2018ஆம் ஆண்டு முதல் திருநங்கைகளுக்கு உயர்கல்வியை இலவசமாக வழங்கி வருகிறது.

26

யாரைப் பேய் பிடித்திருக்கிறது?

"இப்போ குழந்தைக்கு என்ன வயசு?"

"15 வயசாகுது டாக்டர். அவன் பத்து வயசுல இருந்தே பொண்ணு மாதிரி நடப்பான், பேசுவான். இப்போல்லாம் என் பொண்ணோட துப்பட்டாவைச் சட்டைக்கு மேல போட்டுக்குறான்."

"நீங்க சொல்லிப் பார்த்தீங்களாம்மா?"

"நான் நெறைய தடவை சொல்றேன் டாக்டர். அப்போ அமைதியா இருக்கான். அப்புறம் அதையேதான் செய்யறான்."

"வேறு என்னவிதமான வித்தியாச நடவடிக்கைகளில் ஈடுபடுறான்?"

"ஒரு தடவை பீட்ரூட் எடுத்து உதட்டுல தடவிக்கிட்டான். அவங்கப்பா மூணு மாசத்துக்கு ஒருமுறை முடிவெட்டக் கூட்டிட்டுப் போவாரு. இப்போல்லாம் முடியை வெட்ட மாட்டேன்னு அழறான் டாக்டர்."

"அக்கம்பக்கத்துல எப்படிப் பழகுறான்?"

"பொண்ணுங்களோட சகஜமா பழகுறான். அவனுக்குத் தோழிகள்தாம் அதிகம். அவங்களும் இவனோட ரொம்ப சந்தோசமா விளையாடுறாங்க. விளையாட்டுல இவன் அம்மா, அக்கா கேரக்டர்தான் எடுத்துக்குறான்.

ஆம்பள பசங்களோட நின்னு பேசக் கூடக் கூச்சப்படுறான். என் பையனைச் சரிசெய்ய ஏதாவது சிகிச்சை உண்டா டாக்டர்?"

◆◆◆

"சாமி, நான் ஏறாத இடம் இல்லை. என் பேரனை எப்படிச் சரி பண்றதுன்னு தெரியலை. அவன் உடம்புல ஒரு பொம்பள பேய் புகுந்துடுச்சின்னு நெனக்கிறேன். அவன் சேட்டை எல்லாம் பொம்பள மாதிரியே இருக்கு. நீங்க எப்படியாவது சரிபண்ணிடுங்க சாமி."

"இந்தக் காளியாத்தாகிட்ட வந்துட்டீங்கல்ல, கவலைப்படாதீங்க. அவனோட கையில நான் கொடுக்குற மந்திரக் கயிறைக் கட்டுங்க, எல்லாம் சரியாயிடும்."

"சாமி, கொல்லி மலை எட்டுக்கை காளியம்மன் கோயில்ல இருந்துகூட அவனுக்குக் கயிறு வாங்கியாந்து கட்டினேன். ஆனாலும், அவன் மாறலை சாமி."

"அப்படீன்னா அவனை மலையனூர் கோயிலுக்கு அழைச்சிட்டுப் போய் அந்த அம்மனுக்கு முப்பலி ஒண்ணு கொடுத்துட்டு வருவோம். அப்புறம் பாருங்க எல்லாம் சரியாயிடும்."

◆◆◆

"அப்பா, உங்க பையன நெனச்சி கவலைப்படாதீங்க. இந்த ஆபீஸ்ல நீங்க பார்க்குற எல்லாருமே திருநங்கைகள்தாம். அவன் தன்னைத் திருநங்கையா உணர்ந்தா அவனை அப்படியே விடுங்க. அதைச் சாதாரணமா எடுத்துக்கங்க. அப்போதான் அவன் கல்வி பாதிக்காது.

அதோ பாருங்க, உங்க பையன் எல்லாத் திருநங்கைகளோடும் சிரிச்சி பேசி சந்தோசமா இருக்கான். அவனுக்கு இந்த வாழ்க்கை பிடிச்சிருக்கு. 18 வயதுவரை காத்திருங்க. அதுக்கு அப்புறம் அவளாகத்தான் இருக்க ஆசைப்படுறான்னா அது அவள் வாழ்க்கை, அவள் விருப்பம்னு ஏத்துக்கோங்க."

"இல்லை, என் பையன் திருநங்கை இல்லை. பேசினா சரி ஆயிடுவான். அவன் திருநங்கையா மாறினா என்னால தாங்க முடியாது."

"அழாதீங்கப்பா. உங்களை மாதிரி பெத்தவங்க மனம் தளராம தைரியமா இருந்தாதான் இந்த மாதிரி குழந்தைகளை வளர்க்க முடியும். இந்தச் சிறு வயதில் அந்தக் குழந்தையின் கல்வி முக்கியம், அவனோட மன நலம் அதைவிட முக்கியம். இப்போ போலீஸ், வழக்கறிஞர்,

டாக்டர், தொழில் முனைவோர்னு எல்லாத் துறைகளிலும் திருநங்கைகள் வந்துட்டாங்க."

"மேடம், நீங்க திருநங்கையா இருந்து படிச்சி இந்த நிறுவனத்தை நடத்துறீங்க. எங்களுக்குப் பெருமையா இருக்கு. அவங்கப்பா ஆயிரம் மாத்தி பேசினாலும் பெத்தவ எனக்குத் தெரியுது என் பையன் திருநங்கைதான்னு. சின்ன வயசுல இருந்தே அவனுக்கு என் மேல அதிக அக்கறை இருக்கும். என்னை விடவே மாட்டான். யாராவது அவனை 'போடா பொம்பளை'ன்னு கிண்டல் பண்ணிடுவாங்க. அதை அவன் வந்து என்கிட்ட சொல்லி அழும்போது எனக்கு என்ன செய்றதுன்னு தெரியல மேடம்.

எனக்கு ஏற்கெனவே ஒரு பொண்ணு இருக்கறதால இவன் பிறந்ததும் பேரானந்தம் அடைந்தேன். இப்போகூட என் குழந்தையை நான் அவன் விருப்பப்படி வளர்ப்பேன். மத்தவங்க கிண்டல் பண்றதை மட்டும் என்னால பொறுக்க முடியல மேடம்'' என்று அந்தத் தாய் உடைந்து அழுதார்.

''மேடம், அவள் இப்படித்தான் அடிக்கடி அழறா. அவனை எங்க தெரு பசங்க ஒரு தடவை 'ஒம்போது'ன்னு சொல்லிட்டாங்கன்னு ஓடிவந்து இவகிட்ட சொல்லிட்டு மறுபடி விளையாடப் போயிட்டான். அவனுக்கு அதோட அர்த்தம் தெரியல. ஆனா நாங்க ரெண்டு பேரும் எங்க சாமிக்கு முன்னாடி உக்காந்து மண்டி போட்டு அழுதோம் தெரியுமா?

எங்க தெரு பசங்களுக்கு நான் நெறய சாக்லெட், பிஸ்கட் எல்லாம் வாங்கிக் கொடுப்பேன். அப்போவாவது அந்தப் பசங்க என் பிள்ளையைக் கிண்டல் பண்ண மாட்டாங்கன்னு நினைப்பேன். எத்தனை நாள் நாங்க அவனை இப்படிப் பாதுகாக்க முடியும்? என் மனைவி, என் குழந்தையைப் பத்தி ஒரு கவிதையே எழுதி இருக்கா பாருங்களேன்.

செந்தூரில் வேண்டி சுகமா கருத்தரிச்சேன்
உன்னை ஆணுன்னு எண்ணி மாருல அள்ளி வச்சேன்
ஆறு வரை தெரியலையே என் ராசா..
நீ எடுத்த ஜென்மம் புரியலையே
நீ சாந்து வச்சே.. பொட்டு வச்சே
உன் அப்பன் நாலு சாத்து சாத்தி வச்சான்
நீ மார்கழியில் கோலம் போட்டே
உன் மாமன் மானம் போச்சின்னு ஓலம் போட்டான்
நீ தள்ளக் குலையுமில்லே.. தழைக்க வழியுமில்லே
வீதியில நீ நடந்தா ஊர் வாய மூட எனக்குத் தெரியவுமில்லே...

என்று முடிந்தது அந்தக் கவிதை.

''ஒண்ணு மட்டும் உறுதி மேடம். நாங்க உங்களைப் பார்த்ததுல ஒரு உறுதி எடுக்கிறோம். இப்படிப் பொறந்துட்டான், வாழ்க்கையை இழந்துட்டான்னு எங்க பிள்ளையை நாங்க விட மாட்டோம். எங்களுக்கு ஒரு பொண்ணு, ஒரு திருநங்கைன்னு கம்பீரமா வளர்க்கப் போறோம். இனி அவனைப் பெண்பால் கொண்டு அழைப்போம். நல்ல நிலைக்குக் கொண்டு வருவோம்.''

கதையல்ல நிஜம்

◆ திருநங்கைகளைக் குடும்பம் ஏற்றுக்கொள்ள வேண்டும் என அனைவரும் நினைக்கிறோம். ஆனால், அங்கே சமூகத்தில் சிலர் அந்தக் குடும்பத்தில் இருந்து அந்தக் குழந்தையை வெளியேற்ற நினைக்கிறார்களே, அது நிறுத்தப்பட வேண்டும்.

◆ இக்கதையில் வரும் பெற்றோர் சிறந்த திருநங்கையை உலகுக்குத் தருவர். 'யார் எப்படிப் பேசினாலும் நான் பெற்ற திருநங்கைக் குழந்தை இது; படிக்க வைப்பேன், பண்பாளர் ஆக்குவேன், குழந்தையின் விருப்பப்படி அழைப்பேன், உடை அளிப்பேன்' எனச் சவாலோடு வளர்த்தால் திருநங்கை மகள் மிகப்பெரிய சாதனை படைப்பாள்.

◆ லயோலா, ஸ்டெல்லா மாரிஸ், சென்னைப் பல்கலைக்கழகம், மனோன்மணியம் சுந்தரனார் பல்கலைக்கழகம், குமாரி ராணி மீனா முத்தையா கல்லூரி, சென்னை அரசு இசைக் கல்லூரி, திருச்சி கலைக் காவேரி, தூத்துக்குடியில் உள்ள அரசு கலை பண்பாட்டுத் துறை போன்றவை திருநர் கல்விக்காக உதவிவருகின்றன. இன்னும் பல கல்லூரிகளும் இந்தப் பட்டியலில் உள்ளன.

◆ திருநர் சமூகத்துக்கு வேலைவாய்ப்பைத் தர பல்வேறு தொழில் நிறுவனங்கள் தமிழகத்தில் தயாராக இருக்கின்றன.

◆ தமிழக அரசு திருநங்கைகள் நல வாரியம், திருநங்கைகள் தினம், சிறப்பு சுயஉதவிக் குழுக்கள் போன்ற எண்ணற்ற திட்டங்களைச் செயல்படுத்திவருகிறது. அனைத்து அடையாள அட்டைகளிலும் 'மூன்றாம் பாலினர்' என்றே வழங்கிவருகிறது. மத்திய அரசு 'திருநர் பாதுகாப்புச் சட்ட'த்தையும் இயற்றியுள்ளது.

◆ மூன்றாம் பாலினத்தவருக்குச் சட்டரீதியாகக் குரல் கொடுக்க தமிழகத்தில் வழக்கறிஞர்களான மதுப்பிரகாஷ், ஆதிலட்சுமி லோகமூர்த்தி, அஜிதா, ராஜகுமார், நூர்தீன் மற்றும் பலர் உள்ளனர்.

27

'பாவ்படுத்தி'யும் 'ஜியோ'வும் இவர்களது கலாச்சாரம்

திருநங்கைகள் பயன்படுத்தும் சொற்பிரயோகங்கள் சிலவற்றை உங்களோடு பகிர்ந்து கொள்கிறேன். மூத்தவர்களை மதிப்பதில் திருநங்கையருக்கு நிகரில்லை. மூத்த திருநங்கையரை 'பாவ்படுத்தி'. அதாவது, 'உங்கள் பாதம் பணிந்து வணங்குகிறேன் எனக் கூறுவார்கள். அதற்கு அந்த மூத்த திருநங்கை, 'நல்லா இரு' எனும் அர்த்தத்தில் 'ஜியோ' என வாழ்த்துவார்.

அறுவைசிகிச்சை செய்துகொண்ட திருநங்கையை 'நிர்வாணம் ஆனவள்' என்பார்கள். ஆணுடையில் உள்ள திருநங்கையை 'கோத்தி' என்பர். உடுத்தும் உடையை 'சாட்லா' என்றும் நல்லவர்களை 'சீஸ்' எனவும் கெட்டவர்களை 'பீலா' எனவும் கூறுவர். ஆணை 'பந்தி' எனவும் பெண்ணை 'நாரன்' எனவும் திருடனையோ கெட்டவனையோ 'கௌடி பந்தி' எனவும் சொல்வது வழக்கம்.

திருநங்கை அம்மாவை 'குரு' எனவும் ஆயாவை 'நானகுரு' எனவும் ஆயாவின் அம்மாவை 'தாதகுரு' எனவும் அழைப்பர். இந்தியிலும் இவ்வாறே உள்ளது. மகளை 'சேலா', பேத்தியை 'நாத்தி சேலா', கொள்ளுப் பேத்தியை 'சந்தி சேலா' எனவும் சொல்வது வழக்கம்.

அறுவைசிகிச்சை செய்து 40ஆவது நாள் நடத்தும் விழாவை 'பால் ஊற்றும் விழா' எனச் சொல்வதுண்டு. தவறு செய்யும் கோத்திகள், திருநங்கைகளைத் தண்டிப்பதிலும் திருநங்கை மூத்தவர்கள் சளைத்தவர்கள் அல்ல. திருநங்கையர் அனைவரும் கூடிப்பேசும் இடமான 'ஜமாத்'துக்கு அழைத்துப் பேசுவர். தவறு செய்தவர்களுக்கு ஜமாத்தில் விதிக்கப்படும் அபராதம் 'தண்டு' என அழைக்கப்படும்.

மிகப் பெரிய அளவில் திருநங்கைகள் ஒன்றுகூடி நடத்தும் ஜமாத் சார்பான விழாவை 'ரொட்டி' என அழைப்பது உண்டு. அங்கே அனைவரும் அமர்ந்து திருநங்கைகளின் நன்மைகள் குறித்தும் சட்டதிட்டங்கள் குறித்தும் பேசுவது 'ஹிஜிடா பண்' என வடமாநிலச் சொல்லைப் பயன்படுத்துவதும் உண்டு. அங்கு அக்காள், தங்கைகள் செய்து கொள்ளும் மொய் முறைகளை 'மாபேரா' எனச் சொல்கிறார்கள்.

▲முன்னா அம்மாள்

பல சொற்கள் இந்தியைத் தழுவியிருக்கும். குறிப்பாக, உறவுமுறைச் சொற்கள். அக்கா, தங்கையை ‘பென்’ என்பதும், அண்ணி, நாத்தனார்களை ‘பாபி’ என அழைப்பதும் இதில் அடங்கும். திருநங்கைத் தாய், தனக்கென ஒரு மகளைத் தத்து எடுப்பதை ‘மடி கட்டுதல்’ அல்லது ‘சேலா பண்ணுதல்’ எனக் கூறுவார்கள். மறைந்த மூத்த திருநங்கைகளை ‘ப்பீடி ப்பீடி’ என அழைப்பார்கள்.

மூத்த திருநங்கையர் எதிரில் அடுத்த நிலையில் உள்ள திருநங்கையர் உட்கார மாட்டார்கள். ஆண், பெண் வாழ்க்கையில் அவர்களுக்கு வயதாக, வயதாக வீட்டு விஷயங்களில் பெரிதாகத் தலையிடாமல் அமைதியாக ஓரமாக இருந்துவிட நினைப்பார்கள். ஆனால், திருநங்கையர் வாழ்க்கையில் மூத்தவர்கள் சொல்வதே வேதவாக்கு. அவர்கள் சொல்வதை இளையவர்கள் மீற மாட்டார்கள்.

பணக்காரர்களை ‘டெப்பர்வாலி’ எனக் கூறுவர். மது குடிப்பவர்களை ‘டீடீ வாலி’ என அழைப்பர். இடையிலிங்கப் பாலினத்தவரை (பாலினத்தைக் குறிப்பிட்டு அறிய முடியாதபடி பால் உறுப்புகளில் பல்வேறு வகையான மாற்றங்களோடு பிறப்பவர்கள்) ‘மாபேட்டி குசிறி’ என்றும் சொல்வதுண்டு. இடையிலிங்கப் பாலினத்தவர் குறித்துத் தற்போது பலரும் புரிந்துகொள்ளத் தொடங்கியுள்ளனர்.

ஒரு ஏரியாவில் மூத்த திருநங்கை ஒருவர் உண்டென்றால் அவரது ஊரைச் சொல்லி அழைப்பர். உதாரணத்துக்கு மூத்த திருநங்கையான முன்னா அம்மாள் என்று ஒருவர் சென்னையில் வசித்து வருகிறார். அவரை அவரது சொந்த ஊரான பெங்களூருவை மனதில்கொண்டு ‘பெங்களூரம்மா’ என்றே அழைப்பர்.

சென்னையில் உள்ள ஒரு திருநங்கை இந்தியாவில் எந்தவொரு மாநிலத்துக்குத் தனியாகச் சென்றாலும் அவர் தனது திருநங்கை தாயார், அவரது வம்சத்தை அங்குள்ள திருநங்கைகளிடம் கூறி உறவாட முடியும். தேவைப்பட்டால் அங்குள்ளவர்களுடன் இருந்து பிழைக்க முடியும். தனது இனம் ரோட்டில் விழுந்து கிடக்கவோ, ஆசிரமத்தில் யாருமற்றுக் கிடக்கவோ திருநங்கையர் விடுவதில்லை. அவ்வாறு உடல் நலிவடைந்த திருநங்கை யாராவது காப்பகத்தில் இருந்தால் அது திருநங்கையரே நடத்தும் காப்பகமாக இருக்கும் (உதாரணத்துக்கு ‘தோழி திருநங்கைகள் காப்பகம்’).

கதையல்ல நிஜம்

◆ இங்கே சில சொற்பிரயோகங்களை நாம் பார்த்தோம். இவை சில உதாரணங்களே. இன்னும் நிறைய உள்ளன. இவ்வாறு திருநங்கையர் தனியாக ஒரு சங்கேத பாஷை பேசுவதற்கு ஒரு காலத்தில் நிலவிய ஒதுக்குதலும் புறக்கணிப்புமே காரணங்களாக இருந்திருக்கும். மற்றவர்களுக்குப் பயந்து, நாம் பேசுவதை அவர்கள் புரிந்துகொள்ளக் கூடாது என்பதால் உருவானதாக இருக்கும் என்றே தற்போதுள்ள திருநங்கையர் கருதுகின்றனர்.

◆ தற்போது இந்த சங்கேத பாஷைகள் பேசுவது குறைந்துள்ளது. பொதுமக்களோடு திருநங்கையரும் இணைந்து வாழ ஆரம்பித்திருக்கும் சூழலில் அது குறைகிறது. ஆனால் உறவுமுறைகள், பாவ்படுத்தி போன்ற சொற்கள் நீடித்திருக்கும் என்பதில் ஐயமில்லை.

◆ மூத்தவரை மதிப்பது தொடர்பாகச் சிலவற்றை இங்கே பார்த்தோம். அது மற்றவர்களும் கற்றுக்கொள்ள வேண்டிய நல்ல பழக்கம். தன் குருவின் கடனைத் தீர்க்கத் தான் சம்பாதித்ததை எல்லாம் கொடுத்து குருவின் கௌரவத்தைக் காப்பாற்றிய சேலா, சேலாவின் மருத்துவச் செலவுக்காகத் தனக்கிருந்த ஒரு வீட்டை விற்ற குரு என்பது போன்ற நிகழ்வுகளும் இதற்கு உதாரணங்கள்.

28

கைதூக்கிவிடும் 'சகோதரன்'

திருநங்கையரின் நலனுக்காகப் பல தொண்டு நிறுவனங்கள் செயல்பட்டுவருகின்றன. அவற்றுள் குறிப்பிடும்படியானது 'சகோதரன்' அமைப்பு. சென்னையில் செயல்படும் இதன் நிறுவனர் டாக்டர் சுனில் மேனன். கடந்த 25 வருடங்களுக்கும் மேலாகத் திருநங்கையர், கோத்திகள், LGBTIQ என அனைவரின் மேம்பாட்டுக்காகவும் இந்த அமைப்பு செயல்படுகிறது.

திருநங்கை மற்றும் திருநம்பிகளின் கல்வி, வேலைவாய்ப்பு, சுகாதாரம் என முக்கியத் தேவைகளைச் சகோதரன் அமைப்பு கவனிக்கிறது. தமிழக அரசுடன் இணைந்து திருநங்கையரின் நலத்திட்டங்களை அவர்கள் பெற பாலமாகச் செயல்படுகிறது. சென்னையில் உள்ள திருநங்கையரின் நலனுக்காகச் சென்னைக் காவல்துறை, சமூகநலத் துறை, மாவட்ட ஆட்சியர் அலுவலகம், மகளிர் திட்டம், தமிழ்நாடு எய்ட்ஸ் கட்டுப்பாட்டுச் சங்கம், அரசு மருத்துவமனைகள், லயன்ஸ், ரோட்டரி சங்கங்கள், திறன் படைத்த வழக்கறிஞர்கள், திரைத்துறையினர், தொழில் துறையினர் ஆகியோரின் உதவியோடு திருநங்கையரின் நலனுக்கான வேலைகளை இந்த அமைப்பு செய்துவருகிறது.

திருநம்பிகள் பலர் இந்த அமைப்பின் மூலமாகத் தங்கள் குடும்பத்துடன் இணைந்தது குறிப்பிடத்தக்கது. சென்னையில் உள்ள

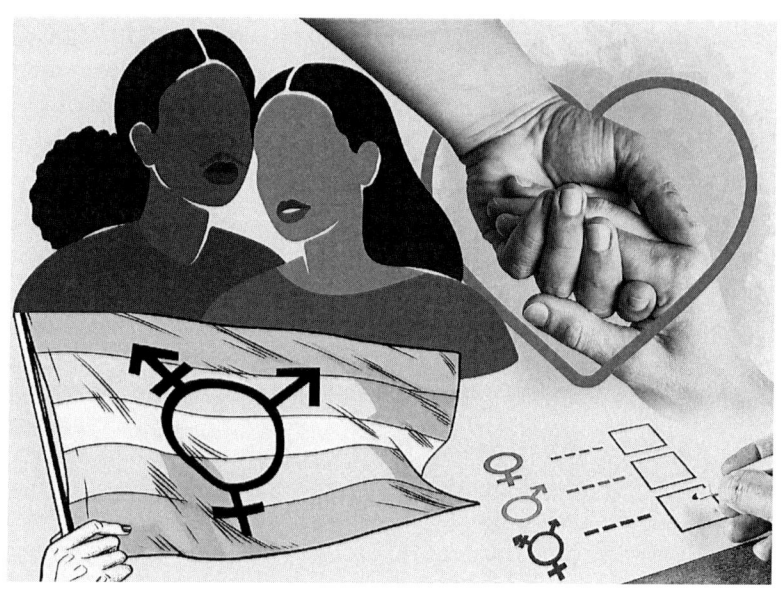

21 திருநங்கை நாயக்குகளோடும் மற்ற தொண்டு நிறுவனங்களோடும் இணைந்து வருடந்தோறும் கூவாகம் திருவிழாவை விழுப்புரத்தில் ஒருங்கிணைப்பதும் இந்த அமைப்புதான்.

கல்வி கற்க விரும்பும் கோத்திகள் (ஆணுடையில் உள்ள திருநங்கையர்), திருநங்கையர், திருநம்பிகள் ஆகியோரைப் பல கல்லூரிகளில் கட்டணமின்றிப் படிக்கவைத்து அவர்களது கனவு நனவாக்கப்பட்டுவருகிறது. பல்வேறு நோய்களால் அவதிப்படுபவர்கள் சமூகநலத் துறையின் உதவியோடு முதல்வரின் ஒருங்கிணைந்த மருத்துவக் காப்பீடு திட்டத்தின் கீழ் அரசு மருத்துவமனைகளில் சிகிச்சை பெற உடனிருந்து உதவிவருகின்றனர்.

நடக்க முடியாமல் வீட்டோடு இருக்கும் திருநங்கையர், நாள்பட்ட நோயால் முடங்கிய திருநங்கையர் ஆகியோருக்கு மாதா மாதம் நிதியுதவி பெற்றுத் தருகின்றனர். மாற்றுப் பாலினத்தோர் குறைந்த செலவில் தரமான பாலின உறுதி சிகிச்சை எடுத்துக்கொள்ள நல்ல மருத்துவர்களைக் கண்டறிந்து, அவர்களுக்கு இம்மக்கள் குறித்து விழிப்புணர்வை ஏற்படுத்தி சிகிச்சை எடுக்க TFH எனும் திட்டம் மூலமாக உதவிவருகின்றனர்.

தமிழக அரசு தரும் தொழில் பயிற்சியில் மாற்றுப் பாலினத்தவர் பங்கேற்கவும் இவர்கள் உதவிவருகின்றனர். தனியார் நிறுவனமான CGI நிறுவனத்தின் உதவியுடன் 300க்கும் மேற்பட்ட திருநங்கையர், திருநம்பிகளுக்குக் கடந்த வருடத்தில் தொழில் பயிற்சி அளிக்கப்பட்டது. தற்போது 350 பேருக்குப் பயிற்சி அளிக்க முன்வந்துள்ளனர்.

வழக்கறிஞர் மதுபிரகாஷ் மூலமாகத் திருநங்கையருக்குக் கல்வி, வேலைவாய்ப்பில் மிகவும் பிற்படுத்தப்பட்டோர் பிரிவில் இடம் பெற்றுத்தர உடனிருந்து உதவியது 'சகோதரன்' அமைப்பு. இந்த அமைப்பின் தோழமை நிறுவனமான 'சிநேகிதி' அமைப்பின் மூலம் வடசென்னையில் உள்ள 500க்கும் மேற்பட்ட திருநங்கையருக்குத் தமிழக அரசின் சமூக நலத் திட்டங்களைப் பெற்றுத்தந்துள்ளனர். இதற்கான பொருளாதார உதவியைக் கடந்த இரண்டு வருடங்களாகச் சென்னை YMCA வழங்கிவருகிறது.

திருநங்கையரைத் திரட்டிப் பொது மக்களுக்குப் பல்வேறு விஷயங்களில் விழிப்புணர்வை ஏற்படுத்துவதோடு திருநங்கையர் குறித்துப் பொதுமக்களிடையே புரிதலை ஏற்படுத்துவதையும் இவர்கள் செய்துவருகிறார்கள்.

கதையல்ல நிஜம்

- ஒரு பானைச் சோற்றுக்கு ஒரு சோறு பதம். அதைப்போல்தான் திருநங்கையருக்காகப் பணியாற்றும் தொண்டு நிறுவனங்களில் நெடுங் காலமாக இயங்கிவரும் சிறப்புவாய்ந்த நிறுவனம் 'சகோதரன்'.

- இந்தியா முழுவதும் திருநங்கையர் அமைப்புகளை நடத்தி மக்களை ஒருங்கிணைக்கின்றனர். இதற்குப் பலர் உறுதுணையாக இருக்கின்றனர்.

- இதுபோன்ற அமைப்புகள் சிறப்பாகச் செயல்பட திருநங்கையரின் ஜமாத் தலைவிகள் (நாயக்குகள்) பெரும் காரணம். அமைப்புகளும் ஜமாத்தும் இணைந்து அந்தந்த மாவட்ட மக்களைச் செம்மைப்படுத்துகின்றனர் என்றால் அது மிகையாகாது.

- திருநங்கையருக்கு வேலைவாய்ப்பை வழங்கிடப் பலர் முன்வருகின்றனர். அதற்காகப் பல்வேறு திறன்மேம்பாட்டுப் பயிற்சிகளை 'சகோதரன்' அமைப்பு மேற்கொண்டுவருகிறது. இந்த அமைப்பிற்கு சென்னையில் ஒரு சிறிய பயிற்சிக்கூடம் வேண்டும் என்பது இவர்களது கோரிக்கை. அந்தப் பயிற்சிக்கூடம் திருநங்கையர் பலரது வாழ்க்கையில் மாற்றத்தை ஏற்படுத்தும்.

29

திருநங்கையர் வாழ்வில் ஒளியேற்றும் கரங்கள்

தமிழகத்தில் திருநங்கை மக்களின் வாழ்க்கைத்தரம் முன்னேறிவருகிறது. மற்ற மாநிலங்களோடு ஒப்பிடுகையில் தமிழகத்தில் திருநங்கையர் பலர் பொதுவெளியில் செயல்படுவதைக் காண முடிகிறது.

இதற்குப் பலரின் முன்னெடுப்புகளும் காரணம். அவர்களில் சிலரைப் பற்றித் தெரிந்துகொள்வோம். 2015ஆம் ஆண்டு மாநிலங்களவையில் திருநர் மசோதாவைத் தனிநபர் மசோதாவாகக் கொண்டு வந்து அதை வெற்றிபெறச் செய்தவர் திருச்சி சிவா. மத்திய அரசு மாற்றுப்பாலினத்தோருக்கான பாதுகாப்புச் சட்டத்தைக் கொண்டுவர இதுவே முன்னோடியாக இருந்தது.

சமூக அங்கீகாரம்

2008 கூவாகம் திருவிழாவில் அப்போதைய முதலமைச்சர் மு.கருணாநிதியின் துணைவியார் ராஜாத்தியம்மாள் கலந்துகொண்டதைத் திருநங்கையர் பெரிதும் வரவேற்றனர். அக்காலக்கட்டத்தில் திருநங்கையர் நடத்தும் விழாக்களில் பிரபலங்கள் அவ்வளவாகக் கலந்துகொண்டதில்லை. ஆனால், கூவாகம் நிகழ்ச்சியில் கலந்துகொண்டு ராஜாத்தியம்மாள் பேசியது திருநர் சமூகத்துக்கு அங்கீகாரம் தரும்விதமாக அமைந்தது.

சென்னை, மதுரை ஆகிய மாவட்டங்களில் உள்ள திருநங்கையர் அமைப்புகளில் சேவை பெற வரும் திருநங்கையர் அனைவருக்கும் இலவச மதிய உணவு அளிக்கிறார் மோகன் சி.லாசரஸ். குடும்பத்தால் விரட்டப்பட்டவர்களுக்குத் தந்தைபோல் அவர் உதவி வருகிறார்.

'வி.எச்.எஸ்' நிறுவனம் மூலமாகத் தமிழகத்தில் திருநங்கையருக்கான திட்டங்கள் 2004 முதல் 2014 வரை மிகச் சிறப்பாகச் செயல்படுத்தப் பட்டன. அதில் 'வி.எச்.எஸ்' இயக்குநராக இருந்த டாக்டர் லட்சுமிபாயின் பங்கு முக்கியமானது.

அரசின் துணை

விழுப்புரத்தில் கூவாகம் திருவிழா என்றதும் நினைவுக்கு வருபவர் அம்மாவட்டத்தின் முன்னாள் நகர்மன்றத் தலைவர் ஜனகராஜ். இவர் அந்தத் தொகுதியின் அமைச்சரோடு இணைந்து திருநங்கையர் அந்த விழாவைச் சிறப்பாகக் கொண்டாட அனைத்து ஏற்பாடுகளையும் சிரித்த முகத்தோடு செய்து தந்துவிடுவார்.

எந்த ஆட்சியாக இருந்தாலும் முக்கியப் பொறுப்பில் இருக்கும் ஐ.ஏ.எஸ். அதிகாரி ராதாகிருஷ்ணன், திருநங்கையரின் பல நிகழ்வுகளில் கலந்துகொண்டு எங்களுக்கு ஆதரவாகக் குரல் கொடுப்பார். சுகாதாரத் துறையில் இவர் பணியாற்றிய போது அரசு மருத்துவர்களிடையே மூன்றாம் பாலினத்தவர் குறித்த விழிப்புணர்வை ஏற்படுத்த உதவினார்.

'*SAATHII*' அமைப்பின் மூலம் *LGBTIQ* மக்கள் குறித்து உலக அளவில் பேசிவருபவர் எல். ராமகிருஷ்ணன். *LGBTIQ* சமூகம் குறித்த எந்தத் தகவலாக இருந்தாலும் இவரிடம் பெறலாம். தமிழக அரசின் *LGBTIQ* கொள்கை வரைவுக் குழுவின் உறுப்பினர் இவர்.

தமிழ்நாடு மாநில எய்ட்ஸ் கட்டுப்பாட்டுச் சங்கத்தின் *DD-TI* பொறுப்பில் இருந்த பிரமோத்தும் தற்போது அப்பொறுப்பில் இருக்கும் ஜானகிராமனும் தமிழகத்தில் உள்ள பல தொண்டு நிறுவனங்கள் மூலமாகப் பால்வினை நோய்த் தடுப்புத் திட்டத்தைச் சிறப்பாகச் செயல்படுத்தினர். அனைவரையும் பாராட்டித் தட்டிக்கொடுத்து வேலை பார்ப்பதில் சிறந்தவர்கள் இவர்கள்.

திரையில் நிகழ்ந்த மாற்றம்

நடிகர் ராகவா லாரன்ஸ் தயாரித்து நடித்த 'காஞ்சனா' திரைப்படத்தைத் திருநங்கையர் வாழ்க்கையில் ஒரு மைல் கல் என்றே சொல்லலாம். இந்தப் படத்தைப் பார்த்துப் பல குடும்பங்களில் தங்களது திருநங்கைக்

படம்: எம்.சாம்ராஜ்

குழந்தையை ஏற்றுக்கொண்டுள்ளனர். திருநங்கையர் கலை விழாக்களில் குறிப்பாக, 'மிஸ் சென்னை' போன்ற நிகழ்வுகளில் கலந்துகொள்ளும் திருநங்கையருக்கு ஒப்பனை செய்து மேடை ஏற்றி அழகு பார்ப்பவர் ரேச்சல்.

குழந்தைப் பருவத் திருநங்கையரின் கல்வி பாதிக்கப்படுவதற்கான காரணங்களை ஆய்வு செய்து அவற்றைச் சரிசெய்ய அரசுக்கு யுனெஸ்கோ நிறுவனம் பரிந்துரைத்துள்ளது. அரவிந்த் - விவேக் இருவரும் 2014ஆம் ஆண்டு திருநங்கையர் தொடர்ந்து 60 மணிநேரம் நடத்திய கலைநிகழ்வைச் சாதனை நிகழ்வாக 'புக் ஆஃப் ரெகார்ட்'ஸில் பதிவு செய்து பெருமை சேர்த்தனர். வருடந்தோறும் அப்துல் கலாம் பிறந்த நாளை முன்னிட்டு ஆதரவற்ற குழந்தைகளோடு இரண்டு திருநங்கையரையும் விமானப் பயணம் அழைத்துச் செல்கின்றனர்.

நாயக்குகளுக்கு நன்றி

கரோனா காலத்திலிருந்து திருநங்கையருக்கு உதவிபுரிபவர் காவல் ஆய்வாளர் ஆனந்த்பாபு. திருநங்கையருக்குத் தொழில்பயிற்சி அளித்து

தொழில் தொடங்கித் தந்தவர். 'NCCI' நிறுவனத்தின் பொதுச்செயலாளரான ஆசிர், திருநங்கையர் குறித்து இளம் பாதிரிமார்கள் புரிந்துகொள்ள ஒரு குறிப்பேட்டை (Theological Educators Module) உருவாக்கியவர். திருநங்கையரையும் திருநம்பிகளையும் பிறர் புரிந்துகொள்ள உதவக்கூடியது இந்தக் கையேடு. 'PDI' நிறுவனம் மூலமாகத் திருநங்கையருக்குப் பணிகளைச் செய்துவரும் அம்பலவாணன், 'ARM' நிறுவனம் மூலமாகத் திருநங்கையருக்குப் பணிபுரியும் பக்தவத்சலம் ஆகியோரும் போற்றத்தக்கவர்கள்.

இவர்களோடு, தமிழகத்தில் உள்ள திருநங்கையர் தலைவர்களான அனைத்து நாயக்குகளையும் நாம் நினைவுகூரவேண்டும். குடும்பத்தால் புறக்கணிக்கப்பட்டு வாழ்வை முடித்துக்கொள்ள நினைக்கும் திருநங்கையரை வாழ வைப்பவர்கள் இவர்கள்தாம். அந்தச் சிறுவனின் மனதில் உள்ள பெண்மையை ஏற்றுக்கொண்டு அவன் விருப்பப்படியே வாழ உதவிவருபவர்கள் இவர்கள். இவர்கள் மட்டுமல்லாமல் இன்னும் பலர் மாற்றுப்பாலின மக்களின் வளர்ச்சிக்கு உறுதுணையாக இருக்கிறார்கள். இவர்களைப் போன்றவர்கள்தாம் திருநங்கையர் வாழ்க்கையில் சிறிது ஒளியையாவது ஏற்றிவைக்கிறார்கள். அந்த ஒளி திசையெங்கும் பரவ வேண்டும் என்பதுதான் எங்கள் சமூகத்தின் விருப்பம்.

30

உங்களில் ஒருவர் நாங்கள்

இந்தப் புத்தகத்தின் கடைசி அத்தியாயத்தை எழுதுவதில் பெருமை கொள்கிறேன். இதுவரை மாற்றுப்பாலினத்தவரின் பிரச்சினைகளையும் தேவைகளையும் பற்றிக் கதை வடிவில் தெரிந்துகொண்டோம். வெளியிலிருந்து நீங்கள் எவ்வாறு இம்மக்களின் நல்வாழ்வுக்கு உதவ முடியும் என்பதைப் பார்க்கலாம்.

உங்கள் தெருக்களில் மாற்றுப்பாலினத் தோரணை கொண்ட சிறுவனையோ சிறுமியையோ பார்த்தால் அவர்கள் மீது கரிசனம் கொள்ளுங்கள். அக்குழந்தையின் குடும்பத்தினர் அந்த மாற்றுப்பாலினக் குழந்தையைப் புரிந்துகொள்ளாமல் நடந்துகொண்டால் நீங்கள் அவர்களுக்குப் புரியவைக்க முயற்சி செய்யுங்கள். இது இயற்கை என்பதை உணர்த்துங்கள். நமக்கு ஏன் வம்பு என்று மட்டும் கடந்து செல்லாதீர்கள்.

குழுவாக இணைவோம்

ஒவ்வொரு மாவட்டத்திலும் திருநங்கையருக்கான அமைப்பு உண்டு. ஒதுக்கப்படும் அந்தக் குழந்தைக்கு அவர்கள் மூலமாகக்கூட நீதி பெற்றுக் கொடுங்கள். அந்தச் சிறுவனோ சிறுமியோ மாற்றுப்பாலினத்தவர் என்கிற

ரீதியில் கல்வி கற்க முடியாமல் போனாலோ, தெருவில் உள்ளவர்களால் கேலி கிண்டலுக்கு ஆளாக்கப்பட்டாலோ அந்தத் தகவலைச் சமூகநலத் துறையில் உள்ள சமூகநல அலுவலரிடம் புகார் செய்யலாம்.

காவல்துறையில் பணியாற்றும் பலரும் மாற்றுப்பாலினத்தவர் குறித்த புரிதலைக் கொண்டவர்களாக உள்ளனர். எனவே, அருகில் இருக்கும் காவல் நிலையங்களில்கூடத் தகவல் தெரிவித்து, அந்தச் சூழலைச் சரிசெய்யலாம். உங்கள் ஊரில் நடக்கும் விழாக்களில் மாற்றுப்பாலின மக்களும் பங்கேற்பதை உறுதிசெய்யுங்கள். அவர்களையும் மேடையில் பேச வையுங்கள், விளையாட்டுகளில் கலந்துகொள்ளச் செய்யுங்கள். இது மற்ற அனைவருக்கும் நல்ல முன்னுதாரணமாக அமையும்.

உங்கள் ஊர்களில் பல சங்கங்கள், கமிட்டிகள் போன்றவை மூலம் சிறப்பான சேவைகளை மக்களுக்கு வழங்கிவருகிறீர்கள் என்றால், அந்த அமைப்புகளில் மாற்றுப் பாலினத்தவரையும் இணைத்துக் கொள்ளுங்கள். ஏதோ ஒரு சில திருநங்கையர் உங்களிடம் பணத்தைப் பிடுங்கிக் கொண்டு ஓடி இருந்தால் அவரைக் காவல்துறையிடம் ஒப்படையுங்கள். ஆனால், விதிவிலக்கான அந்த ஒரு சம்பவத்தை மனதில் வைத்துக்கொண்டு அனைத்துத் திருநங்கையரும் கெட்டவர்கள் என்கிற எண்ணத்துக்கு வரவேண்டாம்.

அரசியல் பங்கேற்பு

திருநங்கையர் வலிமை படைத்தவர்கள் என்பதை நாம் உணரவேண்டும். சில அனுபவங்களே நம்மைச் சிலையாகச் செதுக்குகின்றன என்றால் எட்டு வயதிலிருந்து உணர்வுக்கும் உடலுக்குமான போராட்டத்தைச் சந்திக்கும் இவர்களிடம் வாழ்க்கைக்கான பாடங்கள் நிறைய இருக்கும் என்பதை நாம் புரிந்துகொள்ள வேண்டும். எந்தவொரு பிரச்சினையாக இருந்தாலும் நீங்கள் அணுகுவதற்கும் இவர்கள் கையாள்வதற்கும் வித்தியாசம் உண்டு; அவற்றை இவர்களோடு நட்புகொண்டு அறிந்து கொள்ளுங்கள்.

அரசியலில் மாற்றுப்பாலினத்தவர்கள் பங்கேற்பை அதிகப்படுத்துவது அவசியம். அரசியலும் அரசும் இன்று எங்களுக்குத் தூரமாக இருக்கலாம்; ஆனால், மன்னர்கள் காலத்தில் திருநங்கையர் பலர் ஆலோசகர்களாக இருந்ததாகச் சொல்லப்படுவதுண்டு. அதிகாரத்தில் இவர்களும் இருக்கும்போது மக்களிடையே மாற்றுப்பாலினத்தவர் என்பது சாதாரண விஷயமாகிவிடும்.

உங்கள் அருகில் உள்ள திருநங்கையர் அமைப்புகளோடு இணைந்து

தன்னார்வப் பணிகளை மேற்கொள்ளலாம். குறிப்பாகப் பணி ஓய்வு பெற்றவர்கள் இப்பணியைத் தேர்வுசெய்யலாம். சுயதொழில் புரியும் திருநங்கையருக்குத் தொழில்ரீதியாக உதவிசெய்து அவர்களின் தொழிலை ஊக்கப்படுத்தலாம். பெற்றோர் தங்களது குழந்தை திருநங்கை அல்லது திருநம்பி எனத் தெரியவந்தால், உடனே அதை அசிங்கம் என்றோ வேதனையாகவோ நினைத்தால் அதே சிந்தனைதான் உங்கள் உற்றார் உறவினர்களுக்கும் ஏற்படும். இதனால் எங்களுக்குப் பிரச்சினை இல்லை; எங்கள் குழந்தைகளில் ஒருவர் மாற்றுப்பாலினத்தவர் என்று தைரியமாகக் கூறினால் அந்தக் குழந்தை ஒரு சிறந்த திருநங்கையாகவோ திருநம்பியாகவோ வளரும். இப்படித்தான் இன்று சமூகத்தில் முன்னேறிய திருநங்கைகளுக்குக் குடும்ப உதவி கிடைத்துள்ளது.

திரைத்துறையினர் திருநங்கை கதாபாத்திரத்துக்கு மட்டும் அவர்களைப் பயன்படுத்துவதைத் தாண்டி, பெண் கதாபாத்திரங்களுக்கு இவர்களையும் பயன்படுத்தினால் நல்லது. தமிழ் நடிகர்கள் விஜய்சேதுபதி,

சரத்குமார், மலையாள நடிகை சுகுமாரி ஆகியோர் திருநங்கையாக நடித்ததுபோல் திருநங்கைகளையும் பல கதாபாத்திரங்களில் நடிக்க வைக்கலாம்.

பொதுச் சமூகம் அவர்கள் மேல் பரிதாபப்படுவதைத் திருநங்கையர் விரும்புவதில்லை என இந்தத் தொடரில் கூறியிருந்தேன். சுயமரியாதையோடு வாழ விரும்பும் திருநங்கையர் ஏராளமாக உள்ளனர். தற்போது கல்வியறிவில் திருநங்கையர் உயர்ந்துவருவதால் உங்களது நிறுவனங்களில் அவர்களைப் பணியில் அமர்த்தலாம். தொழிலில் பங்குதாரராக இணையலாம். அவர்களது நிறுவனங்களிலும் நீங்கள் பணிபுரியலாம். இப்படி நம்மோடு ஒருவராகத் திருநங்கையரை நடத்துகிறபோது மாற்றுப்பாலினத்தவர் குறித்த புரிதல் மேம்படுவதோடு அவர்களையும் நம் சமூகத்தின் அங்கமாக நாம் ஏற்றுக்கொள்வோம். வாருங்கள், அனைவரும் இணைந்தே பயணம் செய்வோம்!

❖❖◆❖❖